വിളക്കിച്ചേർത്ത വാക്കുകൾ

Vilakkichertha Vaakkukal
Poems

Ahammed Khan

CHINTHA PUBLISHERS
Thiruvananthapuram

First Edition
September 2022

Published
Chintha Publishers, Thiruvananthapuram

Typesetting
Star Communication, Thiruvananthapuram

Printed at
Repro India Ltd, Mumbai.

Cover Design
Bhattathiri

ISBN -978-93-94753-42-6

CO - 3189 / 6213

Email: chinthapublishers@gmail.com
Website: www.chinthapublishers.com

A version is available at National Libraries
Kolkata, Mumbai, Chennai and Delhi

Distribution
DESHABHIMANI BOOKHOUSE
H O Thiruvananthapuram 695035

Branch
Head Office Kunnukuzhi • Statue Thiruvananthapuram
KSRTC Bus Terminal Thampanoor • Saphalyam Complex Thiruvananthapuram
KSRTC Bus Station Alappuzha • KSRTC Bus Station Ernakulam
Machingal Lane Thrissur • IG Road Kozhikode
Mavoor Road Kozhikode • NGO Union Building Kannur
Central Bus Terminal Complex Thavakkara Kannur

വിളക്കിച്ചേർത്ത വാക്കുകൾ

അഹമ്മദ് ഖാൻ

ചിന്ത പബ്ലിഷേഴ്സ്
തിരുവനന്തപുരം-695 035

അഹമ്മദ് ഖാൻ

1965 ഫെബ്രുവരി മൂന്നിന് തിരുവനന്തപുരം ജില്ലയിലെ പുല്ലുവിളയിൽ ജനനം. പുല്ലുവിള ഗവ. മുഹമ്മദൻ എൽ പി എസ്, കാഞ്ഞിരംകുളം പി കെ എസ് ഹൈസ്കൂൾ, തിരുവനന്തപുരം യൂണിവേഴ്സിറ്റി കോളേജ്, ഗവ. ട്രെയിനിങ് കോളേജ്, ഗവ. ലാ കോളേജ് എന്നിവിടങ്ങളിൽ വിദ്യാഭ്യാസം. കേരള സർവ്വകലാശാലയിൽ ഡെപ്യൂട്ടി രജിസ്ട്രാറായി ഔദ്യോഗിക ജീവിതത്തിൽനിന്നും വിരമിച്ചു.

*മതേതരഹാസ*ത്തിന് 2018 ലെ യുവകലാസാഹിതി വയലാർ കവിതാ പുരസ്കാരവും അബുദാബി ശക്തി അവാർഡും *ബാക്കിപത്ര*ത്തിന് 2019 ലെ സൃഷ്ടി പാലക്കാട് കലാക്ഷേത്ര പുരസ്കാരങ്ങളും 2021 ലെ എം എസ് സുരേന്ദ്രൻ ഫൗണ്ടേഷൻ പുരസ്കാരവും (തൃശൂർ), *രാവെളിച്ച*ത്തിന് 2022 ലെ ചെമ്മനം സ്മാരക കവിതാ പുരസ്കാരവും ലഭിച്ചു.

കൃതികൾ: *നൊമ്പരച്ചിരി, ചൂണ്ടുപലക, കയ്പുനേർ, മതേതരഹാസം, ബാക്കിപത്രം, രാവെളിച്ചം.*

പത്നി : ജമീല
മകൻ : ഫാസിൽ
മകൾ : സംഗീത
വിലാസം : IARA 84, കുളംവിളാകം
ഐരാണിമുട്ടം
മണക്കാട് പി ഒ
തിരുവനന്തപുരം 9
മൊബൈൽ : 9349939333
email : ahmedkhani1965@gmail.com

ഉള്ളടക്കം

സുതാര്യകവിതകൾ

പ്രസാധകക്കുറിപ്പ്

കവിതയെ സംബന്ധിച്ച സാമ്പ്രദായികവും നവീനവുമായ ചിന്താധാരകളെല്ലാംതന്നെ അനുദിനം ചോദ്യം ചെയ്യപ്പെട്ടു കൊണ്ടിരിക്കുന്ന സമകാലിക സമൂഹത്തിൽ ഓരോ കവിതയ്ക്കും ഓരോ കവിക്കും പ്രസക്തിയെന്താണ് എന്ന ചോദ്യം ഉയർന്നുവരും. കവിതാ രചനയെക്കുറിച്ച് ആഡം ബരങ്ങളോടെ സംസാരിക്കുന്ന കവികൾക്കിടയിൽ ഒറ്റതിരിഞ്ഞു നില്ക്കുന്ന കവിയാണ് അഹമ്മദ് ഖാൻ. അതിസൂക്ഷ്മമായി അതിജാഗ്രതയോടുകൂടി കാവ്യരചന നിർവ്വഹിക്കുന്ന ഇദ്ദേഹത്തിന്റെ കവിതകൾ കാലത്തിന്റെ അടയാളങ്ങളാണ്. കേരളീയ സാംസ്കാരിക സമൂഹ ത്തിന്റെ പരിച്ഛേദങ്ങൾ *വിളക്കിച്ചേർത്ത വാക്കുകളിൽ* പ്രകടമാണ്. ആല ഭാരങ്ങളൊന്നുമില്ലാതെ കവിതയെ അനുഭവിക്കുവാൻ കഴിയുന്ന വിളക്കിച്ചേർത്ത വാക്കുകളെ കാവ്യലോകത്തിനു മുന്നിൽ അവതരിപ്പിക്കുന്നു

ചിന്ത പബ്ലിഷേഴ്സ്

അഹമ്മദ് ബൊന്റെ കവിതകൾ വായിക്കുമ്പോൾ ഒരു കവിയെന്ന നിലയിൽ അദ്ദേഹം സമൂഹത്തെയും കാലത്തെയും നോക്കിക്കാണുന്നതെങ്ങനെയെന്ന് ബോധ്യമാകും.

പെരുമ്പടവം

സ്വാഗതം

ഏകാന്തധ്യാനത്തിൽ ഏതോ അലൗകികശക്തിയിൽനിന്നു ലഭിക്കുന്ന വരപ്രസാദമല്ല എനിക്കു കവിത. സാമൂഹിക ജീവിയെന്ന നിലയിൽ സ്വന്തം ബോദ്ധ്യങ്ങളുടെ അടിസ്ഥാനത്തിൽ കാലത്തോടും സമൂഹത്തോടുമുള്ള ബോധപൂർവ്വമായ ഇടപെടലുകളാണ് എന്റെ എഴുത്തുകൾ. ജീവിതയാഥാർത്ഥ്യങ്ങളിലേക്കു വെളിച്ചം പകർന്ന സന്ദർഭങ്ങൾക്കു കാവ്യരൂപം നല്കിക്കാണാൻ കൗതുകവും.

കവിതയെഴുതുമെന്നോ കവിയെന്നു വിളിക്കപ്പെടുമെന്നോ യൗവനാരംഭത്തിൽപ്പോലും കരുതിയിരുന്നില്ല. വൈലോപ്പിള്ളിയുടെ 'ശ്രീരേഖ', എൻ വി കൃഷ്ണവാരിയരുടെ 'കാളിദാസന്റെ സിംഹാസനം'; ഈ കൃതികൾ ഡിഗ്രിക്ലാസിൽ അനുഭവവേദ്യമാക്കിയ കവി ഡി വിനയചന്ദ്രൻ സർ; കലാലയത്തോടു ചേർന്നു സ്ഥിതിചെയ്യുന്ന കേരള സർവ്വകലാശാലാ ലൈബ്രറി; സാഹിത്യതല്പരരും അഭ്യുദയകാംക്ഷികളുമായ സുഹൃത്തുക്കൾ... എന്നിൽ കാവ്യാഭിരുചി വളർത്തിയ ഘടകങ്ങൾ ഇവയൊക്കെയാകാം.

ആദ്യകൃതി പ്രസിദ്ധീകരിക്കാൻ ആത്മവിശ്വാസം പകരുകയും അവതാരികയെഴുതി അനുഗ്രഹിക്കുകയും ചെയ്ത പിതൃതുല്യനായ പെമ്മനം ചാക്കോ സാറിനെ ആദരപൂർവ്വം ഓർക്കുന്നു. തുടർന്നുള്ള സമാഹാരങ്ങൾക്കു ആമുഖമെഴുതിയ സാഹിത്യനക്ഷത്രങ്ങളായ സർവ്വശ്രീ പെരുമ്പടവം ശ്രീധരൻ, ഒ എൻ വി കുറുപ്പ്, കുരീപ്പുഴ ശ്രീകുമാർ, പ്രഭാവർമ്മ, ഡോ. കെ എസ് രവികുമാർ എന്നിവരോടുള്ള കടപ്പാടും വലുതാണ്.

കൊറോണ വൈറസ് സാമൂഹിക ജീവിതത്തെ ശ്വാസംമുട്ടിച്ച 2021 ൽ എഴുതിയവയാണ് ഈ കവിതകൾ. ആ അനിശ്ചിതാവസ്ഥ ചില രചനകൾക്കു പശ്ചാത്തലമായിട്ടുണ്ട്. കവിതകളുടെ ആത്മാവ് തൊട്ടറിഞ്ഞ

അവതാരികയാൽ കൃതിയെ ആകർഷകമാക്കിയ നിരൂപകനും സാംസ്കാരിക പ്രവർത്തകനുമായ ഡോ. പി സോമൻ സാറിനോടും; ആഹ്ലാദപൂർവ്വം ഒരാസ്വാദനം എഴുതിച്ചേർത്ത കവിയും ഗാനരചയിതാവുമായ പി കെ ഗോപി മാഷിനോടും നിറഞ്ഞ സ്നേഹം. പുറംചട്ടയൊരുക്കിയ ഭട്ടതിരിമാഷിനോടും കൃതി വായനക്കാരുടെ കൈകളിലെത്തിക്കുന്ന ചിന്ത പബ്ലിഷേഴ്സിനോടും കൃതജ്ഞനാണ്. എഴുത്ത് സഫലമാകുന്നത് വായിക്കപ്പെടുമ്പോഴാണല്ലോ.

സഹൃദയർക്കു സ്വാഗതം

തിരുവനന്തപുരം
01-03-2022

അഹമ്മദ് ഖാൻ

കനിവിന്റെ കണ്ണുനീർക്കവിതകൾ

ഡോ. പി സോമൻ

സമകാലിക കവിതകളിലൂടെ കടന്നുപോകുമ്പോൾ വൈലോപ്പിള്ളി ചോദിച്ച ചോദ്യം മനസ്സിൽ പൊന്തിവരാറുണ്ട്. 'കനിവിന്റെ കണ്ണുനീർ കലരാത്ത കവിതയിതൊക്കെയും കപടമല്ലേ?' (കുടിയൊഴിയ്ക്കൽ). നിർവ്വികാരതയോടെ മറിച്ചുനോക്കിപ്പോകാവുന്ന കാവ്യലോകത്തിൽ വേറിട്ടൊരു ശബ്ദം - കനിവിന്റെ കണ്ണുനീർ ആന്തരിക നനവായി നില്ക്കുന്ന ശബ്ദം - അഹമ്മദ് ഖാന്റെ കവിതകളിൽ നിന്നു കേൾക്കുന്നുണ്ട്. ഇതൊരു കാവ്യപാരമ്പര്യമാണ്. ഇണയെ വേർപെട്ട പക്ഷിയുടെ ദുഃഖത്തിൽ - ശോകത്തിൽനിന്നും ശ്ലോകമുണ്ടാക്കിയ (രാമായണം) രുദിതാനുസാരിയായ വാല്മീകിയുടെ കണ്ണുനീർ കലർന്ന കാവ്യപാരമ്പര്യം. അതുകൊണ്ട് കവിത ഹൃദയസ്പർശിയാകുന്നത് ജീവിതത്തിന്റെ നാദസ്പർശഗന്ധരുചിദൃശ്യങ്ങൾ കലരുമ്പോഴാണ്. അതാണ് ഇന്ദ്രിയവേദ്യമായ കവിത. വലിയ താരപ്പൊലിമകളോ ശബ്ദാടോപമോ സൃഷ്ടിക്കാത്ത അത്തരം കവികളും കവിതകളും ജലത്തിൽ പരൽമീൻ എന്നപോലെ നീന്തിനടക്കുന്നുണ്ട്; വളരെ സൗമ്യതയോടെ. അത്തരമൊരു സൗമ്യതയുടെ ആവിഷ്കാരങ്ങളാണ് *വിളക്കിച്ചേർത്ത വാക്കുകൾ* എന്ന കവിതാസമാഹാരം.

'വിളക്കിച്ചേർത്ത വാക്കുകൾ' എന്ന ഗ്രന്ഥനാമം തന്നെ ശ്രദ്ധേയമാണ്. 'വായിൽവന്നത് കോതയ്ക്കു പാട്ട്' എന്ന രീതിയിൽ കവിതയെഴുതി നടക്കുന്നവരിൽനിന്നും ഒറ്റതിരിഞ്ഞുനില്ക്കുന്ന കവിയാണ് അഹമ്മദ് ഖാൻ. ഓരോ കവിതയും സൂക്ഷ്മവും സശ്രദ്ധവുമായ വിളക്കിച്ചേർക്കലുകളാണ്. അഹമ്മദ് ഖാന്റെ കവിതയെ ആകമാനം നിർവ്വചിക്കുന്ന ഒരു ലഘുകവിത ഈ സമാഹാരത്തിലുണ്ട്.

'കവിതയ്ക്ക്
വൃത്തം

കൂടിയേ തീരൂ എന്നില്ല.
എങ്കിലും വേണം,

ഇതിവൃത്തം (വൃത്തം എന്ന കവിത)

ഇതിൽ എല്ലാം അടങ്ങിയിട്ടുണ്ട്. കവിതയ്ക്കു വൃത്തം വേണമോ വേണ്ടയോ എന്നതു ചർച്ചാവിഷയമാക്കേണ്ടതില്ല. എന്നാൽ അഹമ്മദ് ഖാന്റെ കാവ്യരചന പൊതുവേ വൃത്തത്തിലാണ്. കവിത വൃത്തത്തിനു പുറത്തുകടക്കുമ്പോൾ അത് ഗദ്യാത്മകമായിത്തീരും. അതു പ്രസ്താവനയായി മാറുമ്പോൾ (prose states) കവിതയല്ലാതായി മാറും. എന്നാൽ ധ്വന്യാത്മകമാകുമ്പോൾ (poetry suggests) കവിതയാകും. ഈ സമാഹാരത്തിൽ 'സുതാര്യകവിതകൾ' എന്ന പേരിൽ കൊടുത്തിരിക്കുന്ന കവിതകൾ മുക്തഛന്ദസ്സുകളാണെങ്കിലും ധ്വന്യാത്മക രചനകളാണ്. അതുകൊണ്ടാണ് അവ കാവ്യകോടിയിൽ നില്ക്കുന്നത്.

ദ്രാവിഡ കാവ്യപാരമ്പര്യമെന്നത് 'വ്യവസ്ഥയെല്ലാം ശിഥിലം പ്രധാനം ഗാനരീതിതാൻ' എന്ന സൗന്ദര്യശാസ്ത്രമാണ്. 'കവിത' സംസ്കൃത പദമാണെങ്കിൽ (കവിയുടെ ശബ്ദം) 'പാട്ട്' കവിതയെക്കുറിക്കുന്ന ദ്രാവിഡപദമാണ്. പടയ്ക്കുന്നതും (ഉണ്ടാക്കുന്നതും) പാടാനുള്ളതുമാണ് പാട്ട്. രാഗതാളലയങ്ങളാണ് പാട്ടിന്റെ ഈടുവെയ്പുകൾ. മനസ്സുകളെ രഞ്ജിപ്പിക്കുന്നതാണ് രാഗമെങ്കിൽ ചേർത്തുനിർത്തുന്നതാണ് ലയം. അതോടൊപ്പം കവിതയിൽ, പാട്ടിൽ മനസ്സുകളെ ഉറപ്പിച്ചുനിർത്തുന്നതാണ് താളം. അതുകൊണ്ടാണ് കടമ്മനിട്ടയും വി മധുസൂദനൻ നായരും മറ്റും ഈണത്തിൽ കവിത ചൊല്ലുമ്പോൾ ശ്രോതാക്കൾ ലയിച്ചു കവിതയിലുറച്ച് ഇരുന്നുപോകുന്നത്. അഹമ്മദ് ഖാൻ പറയുന്നത് ഈയൊരു രീതി വേണമെന്നുള്ളവർക്കു സ്വീകരിക്കാം; അല്ലാത്തവർക്കു മുക്തചന്ദസ്സുകളിൽ എഴുതാം. അതാണ് കവിസ്വാതന്ത്ര്യം. പക്ഷേ, പറയാൻ എന്തെങ്കിലും - ഇതിവൃത്തം - വേണം. ഗദ്യത്തിൽ എഴുതുന്നവർ പോലും കവിത പാടാനാണു താത്പര്യം കാണിക്കുന്നത് (കാവ്യചർച്ചയും കവിയരങ്ങും).

അഹമ്മദ് ഖാൻ സ്വീകരിക്കുന്നത് ഛന്ദസ്സ്ബദ്ധരചനയാണ്. അതിനു പൊതുവെ സ്വീകരിക്കുന്നതു കേകവൃത്തവും. മറ്റു ദ്രാവിഡവൃത്തങ്ങളെ അപേക്ഷിച്ച് കേകവൃത്തത്തിനു ഗദ്യാത്മകമായ ആഖ്യാനസ്വഭാവമുണ്ട്. കവിതയിലെ ഇതിവൃത്താഖ്യാനത്തിനു പറ്റിയതാണ് കേകയുടെ ഗദ്യസ്വഭാവം. അത് അഹമ്മദ് ഖാന്റെ കവിതകളിലൂടെ കടന്നുപോകുന്നവർക്കു മനസ്സിലാകും. കവിതയിൽ ഇതിവൃത്തം വേണമെന്നു പറയുമ്പോൾ കവിത ക്രിയാബഹുലമാകും. അക്കാര്യത്തിൽ വൈലോപ്പിള്ളിയുടെ കാവ്യപാരമ്പര്യമാണ് അഹമ്മദ് ഖാൻ പിന്തുടരുന്നത്. വൈലോപ്പിള്ളിയെ

ക്രിയകളുടെ കവിയായി വിശേഷിപ്പിച്ചത് പ്രൊഫ. എം എൻ വിജയനാണ്.

'അന്തിയുണ്ടു പഴങ്ങൾതൻ മാംസം
മന്ദംമന്ദം നുണഞ്ഞതിൻ ശേഷം
നാലുംകൂട്ടി മുറുക്കിയിമ്പത്തിൽ
മേളം കൂട്ടി ഞാൻ മേടയിൽ വാഴ്കേ'

നോക്കൂ, എത്ര ക്രിയകളാണ് വൈലോപ്പിള്ളി വിന്യസിച്ചിരിക്കുന്നത്! ക്രിയകളുടെ ചലനാത്മകത കവിതയെയും വായനയെയും ചലനാത്മകമാക്കുന്നു. ഈയൊരു പന്ഥാവാണ് കാവ്യരചനയിലുടനീളം അഹമ്മദ് ഖാൻ പിന്തുടരുന്നത്.

'കട്ടിൽ വിട്ടേവമടുക്കളയിൽ ചെന്നു
കട്ടനുണ്ടാക്കി മുറിയിലെത്തി
ഉറ്റവരാകും കൃതികളിലൊന്നിനെ
തൊട്ടുതലോടിയെടുത്തു കൈയിൽ'

ഇത് ഒരു ഉദാഹരണം മാത്രം. ക്രിയകളെ ചങ്ങലക്കണ്ണികൾ പോലെ തുടർന്നുചേർക്കുമ്പോൾ കവിതയ്ക്ക് കഥനസ്വഭാവം കൈവരുന്നു. ഒരനുഭവം-ഒരു സംഭവം കഥിക്കലായി കാവ്യരചന മാറുന്നു. അഹമ്മദ് ഖാന്റെ കവിതകൾ അത്തരത്തിലുള്ള കാച്ചിക്കുറുക്കിയ ക്രിയാകഥനങ്ങളാണ്. അതുകൊണ്ടുതന്നെ അവ നിത്യാനുഭവ ചിത്രങ്ങളായി മാറുന്നു. താൻ ചുറ്റും കാണുകയും കേൾക്കുകയും സംഭവിക്കുകയും ചെയ്യുന്ന ജീവിതരംഗങ്ങളാണ് അഹമ്മദ് ഖാന്റെ 'ഇതിവൃത്ത'ങ്ങൾ.

ക്രിയ നടക്കുന്ന സമയമാണ് കാലം. അഹമ്മദ് ഖാന്റെ കവിതയിലെ കാലം വർത്തമാനകാലമാണ്. അഥവാ വർത്തമാനകാലാനുഭവങ്ങളാണ്; ക്രിയകളാകട്ടെ സമകാലിക സംഭവങ്ങളും. അതുകൊണ്ട് സമകാലികതയോടുള്ള പ്രതികരണമാണ് ഓരോ രചനയും. ജാതിമതവിദ്വേഷങ്ങൾ മനുഷ്യമനസ്സുകളെ - ഹൃദയങ്ങളെ - പങ്കുവയ്ക്കുമ്പോൾ ഹിന്ദുമതവിശ്വാസിയായ ഒരാളുടെ ഹൃദയം സ്വീകരിച്ച ഇസ്ലാംമതവിശ്വാസിയായ സ്വീകർത്താവിനെ ദാതാവിന്റെ മകൾ കാണാനെത്തുന്ന കവിതയാണ് 'ഹൃദയപൂർവ്വം.' ശരീരാവയവങ്ങൾക്കു ജാതിയോ മതമോ ഇല്ല. ഹൃദയം, കണ്ണ്, കരൾ, കിഡ്നി, രക്തം ഇങ്ങനെ എന്തും ഏതു മനുഷ്യനിലും ജാതിമതഭേദമെന്യേ മാറ്റിവയ്ക്കാം. വിഭാഗീയതകളുടെ നിരർത്ഥകതയെ 'ഹൃദയപൂർവ്വം' വ്യക്തമാക്കുകയാണ് അഹമ്മദ് ഖാൻ ചെയ്യുന്നത്.

'മതഭേദവും ലജ്ജിച്ചൊളിച്ചൂ; അവയ്ക്കുമേൽ
മനുഷ്യത്വത്തിൻ ജയക്കൊടി പാറുകയല്ലീ!'

ജാതിമതഭേദചിന്തകളിൽ വിഘടിച്ചു കൊണ്ടിരിക്കുന്ന സമ

കാലിക സമൂഹത്തിനു 'ഉ(കു)റുമ്പുകൾ' എന്ന കവിതയിലൂടെ ഉറുമ്പുകളുടെ ഐക്യം ചൂണ്ടിക്കാണിച്ചുകൊണ്ട് കവി പറയുന്നു:

'വിശ്രമമെന്യേയുള്ള
  പ്രയത്നം, സ്നേഹൈക്യവും
വിശ്രുതമല്ലീ? ഞാനീ-
  യലസൻ മയങ്ങട്ടെ...'

ക്രിയാവിമുക്തനായ അലസന്റെ മനസ്സിൽ കൂടുകൂട്ടുന്നത് 'കുറുമ്പു'കളാണ്. അതാണ് സമൂഹത്തെ കാർന്നുതിന്നുകൊണ്ടിരിക്കുന്നത്.

കുറുമ്പുകൾ നിറയുന്ന ലോകത്തിന്റെ ദുരവസ്ഥകൾ സൃഷ്ടിക്കുന്ന അലോസരങ്ങൾ നിറഞ്ഞ കവിതകൾ വായനക്കാരന് പാഠങ്ങളായിത്തീരുന്നുണ്ട്. 'ഒറ്റമൂലി' എന്ന കവിത ചാനൽചർച്ചകൾ എന്ന വൈറസ് മനുഷ്യന്റെ ശാരീരികവും മാനസികവുമായ താളങ്ങൾ എങ്ങനെ താറുമാറാക്കുന്നു എന്ന് വിശദമാക്കുന്ന രചനയാണ്. അതിനോടു ചേർത്തുവായിക്കാവുന്ന രചനയാണ് 'പത്രവൃത്താന്തം.' മകൻ പത്രം വായനയിൽ വിമുഖത കാട്ടുന്നതിനെ പിതാവ് വിമർശിക്കുമ്പോൾ അവൻ പിതാവ് കേൾക്കേ പത്രം വായിക്കുന്നു. കൊല, ബലാൽസംഗം, അഗമ്യഗമനരതി തുടങ്ങിയ സാമൂഹിക ദുഷിപ്പുകളുടെ വാർത്തകളാണ് പത്രങ്ങൾ നിറയെ. സമകാലിക സമൂഹത്തിന്റെ ഗതിവിഗതികളുടെ നേർചിത്രമാണ് ഒറ്റമൂലിയും പത്രവൃത്താന്തവും പോലുള്ള രചനകൾ. കവിതയിൽ അങ്ങേയറ്റം മിതഭാഷിയായ അഹമ്മദ് ഖാന്റെ ആക്ഷേപഹാസ്യം ഉമിത്തീപോലെ അന്തർവഹ്നിയാണ്.

കൊലകളും (ഒരേ രക്തം) ഒറ്റപ്പെടലുകളും (വാർദ്ധക്യപർവ്വം) കൊറോണക്കാലവും (തടവറയിൽ, കണ്ണേ മടങ്ങുക), രാഷ്ട്രീയ കാപട്യങ്ങളും (തൊഴുകൈകൾ) ഡിജിറ്റൽ ടെക്നോളജിയും (അപരിചിതർ) പരിസ്ഥിതി നാശവും (ഒരു പരിസ്ഥിതി ക്കവിത) എല്ലാമടങ്ങുന്ന വർത്തമാനകാല ചിത്രങ്ങളാണ് അഹമ്മദ് ഖാൻ കവിതകളിലൂടെ വരയ്ക്കുന്നത്. അലങ്കാര ഭാഷയുടെ വർണ്ണപ്പകിട്ട് കൂടാതെ യഥാതഥമായ രീതിയിലാണ് രചന. വാങ്മയചിത്രങ്ങളുടെ കണ്ണിചേർക്കൽ കവിതയ്ക്കു സിംഫണിയുടെ ഛായ നൽകുന്നുണ്ട്. കാവ്യപന്ഥാവിൽ മലയാളകാവ്യപാരമ്പര്യത്തിലാണ് അഹമ്മദ് ഖാന്റെ നില. ഗീതകങ്ങളുടെ രൂപത്തിലാണ് എല്ലാ കവിതകളും രചിച്ചിരിക്കുന്നത്. വൈലോപ്പിള്ളിയുടെ 'കുരുവികൾ' എന്ന കവിതാസമാഹാരത്തിലെ രചനകളുടെ കൈയടക്കം അഹമ്മദ് ഖാന്റെ കവിതകളിൽ കാണാൻ കഴിയും. ഒരുപക്ഷേ, അദ്ദേഹത്തിന്റെ കാവ്യവ്യുല്പത്തിമാതൃക വൈലോപ്പിള്ളിയാകാം. വൈലോപ്പിള്ളിയുടെ 'കണ്ണീർപ്പാട' ത്തിന്റെ മുഴക്കം 'പ്രണയദൂര'മെന്ന രചനയിലുണ്ട്. അതു സർഗ്ഗാ

ത്മകമായ മുഴക്കമാണ്. കണ്ണീർപ്പാടത്തിൽ മഴക്കാലത്തെ നെൽപ്പാടവരമ്പിലൂടെ ക്ഷേത്രദർശനത്തിനു ദമ്പതികൾ യാത്രയാകുമ്പോൾ 'പ്രണയദൂര'ത്തിൽ പാർക്കിലേക്കാണ് യാത്ര. എന്നാൽ ഇവിടെ കലഹത്തിന്റെ കാലുഷ്യമില്ല. കണ്ണീർപ്പാടത്തിലെന്ന പോലെ പുത്തൻതലമുറയെ ദമ്പതികൾ പ്രണയദൂരത്തിലും കണ്ടെത്തുന്നു.

'ചിരിച്ചൂ വ്യഥയിൽ നാം,
എല്ലാം കണ്ടതാ തെക്കേ-
ത്തുരുത്തിലൊരു കൊച്ചൻ
കല്ലുപോലിരിക്കുന്നു.
എത്ര നിർവ്വികാരമി-
പ്പുതുതാം തലമുറ,
ഇത്തിരി ദൂരം മാറി-
നിന്നു നാമീറൻ മാറ്റാൻ' (കണ്ണീർപ്പാടം)

കണ്ണീർപ്പാടത്തിൽ സ്നേഹവൈകൃതത്താലാണ് അകൽച്ചയെങ്കിൽ പ്രണയദൂരത്തിൽ 'കൈയിലോരോ മൊബൈൽ ഫോണുണ്ടതിലവരെന്തോ തിരഞ്ഞിരിക്കുന്നു നിസ്സംഗരായ്' എന്നതാണ് അകൽച്ചയ്ക്ക് കാരണം. വൈലോപ്പിള്ളിയെപ്പോലെ പുതുതാം തലമുറ കല്ലുപോലെ നിർവ്വികാരരായി ഇരിക്കുന്നതു പ്രണയ ദൂരത്തിലെ ദമ്പതികളും കാണുന്നു.

'തമ്മിലുരിയാടിടാ,തൊന്നു നോക്കാതെ
തൻ പ്രിയഫോണിലോരോന്നു കണ്ടിപ്പൊഴും
ആ രണ്ടുപേരുമിരിപ്പുണ്ട്; ഹാ! നിർവ്വി-
കാരങ്ങളാം കൽപ്രതിമകൾ മാതിരി!'

'ശിവേതരക്ഷതി'യാണ് കവിത എന്നത് ഭാരതീയമായ ഒരു കാവ്യപ്രയോജനവാദമാണ്. അമംഗളവും ദുഃഖകരവുമായതിനെ നശിപ്പിക്കുന്ന, ക്ഷതമേൽപ്പിക്കുന്നതാണ് കവിത. അതിനു ആദ്യം വേണ്ടത് ശിവേതരങ്ങളെ തിരിച്ചറിയുക എന്നതാണ്. അഹമ്മദ് ഖാന്റെ കവിതകൾ അത്തരം ശിവേതരങ്ങളുടെ തിരിച്ചറിവുകളാണ്. അവയിലൂടെ കടന്നുപോകുമ്പോൾ നമ്മൾ സമകാലികതയെ അറിയുക മാത്രമല്ല, നല്ല കവിതകൾ വായിച്ചു എന്നൊരു സംതൃപ്തിയും അനുഭവപ്പെടുന്നു.

പാതവക്കത്തൊരു വാടിയ പൂച്ചെടി
പാതി തുറക്കുന്ന ഹൃത്തിലെസ്സൗരഭം,
വിശ്വമൗനത്തിനെപ്പുച്ഛിച്ചൊരു ചെറു-
പക്ഷിയുയർത്തും പ്രതിഷേധഗദ്ഗദം,
വിണ്ണിന്നനന്തതമസ്സോടു പോരിടാ-
നെണ്ണിക്കതിർക്കുമൊരേകാന്ത താരകം,
നമ്മൾക്കു നല്കുന്നിതാശയും ധൈര്യവും
ശർമ്മപ്രതീക്ഷയും, മുന്നോട്ടു നീങ്ങുവാൻ.

എൻ വി കൃഷ്ണവാരിയർ

ഹൃദയപൂർവ്വം

ഏറെ ദുഃഖത്തോ, ടെന്നാ-
ലേറുമുൾത്തുടിപ്പോടെ
ഏവരും നോക്കീ തമ്മിൽ,
വാക്കുകൾ നിശ്ശബ്ദമായ്!
തെല്ലിട പോകേ ജലാൽ
ചൊല്ലി: "യീ രണ്ടാം ജന്മം
നല്ലവർ നിങ്ങൾ തന്ന
പുണ്യപാരിതോഷികം!"
തൊഴുകൈ താഴ്ത്താതയാൾ
തുടർന്നൂ: "കാണാനൊന്നു
കഴിഞ്ഞെങ്കിലെന്നെത്ര
മോഹിച്ചേൻ; സാധിച്ചിപ്പോൾ!
പകരം നൽകാനൊന്നും
ഇല്ല; യെന്തേകീടിലും,
അറിയാ, മതീ നന്മ-
യ്ക്കാവുമോ പകരമായ്!"

ലക്ഷ്മിയും മകളുമാ
ഒത്തുചേരലിന്റേതാം
വിസ്മയത്തോടാ മൊഴി
കേട്ടിരിക്കുന്നൂ മൂകം.
മാസങ്ങൾ മുമ്പുണ്ടായോ-
രാപത്തിൽ ഭർത്താവിന്റെ

അഹമ്മദ് ഖാൻ

ആയുസ്സന്നൊടുങ്ങിയെ-
ന്നാകിലു, മാ ഹൃത്തിതാ
മറ്റൊരാൾക്കുള്ളിൽ പുതു
ജീവനായ് മിടിക്കുന്നു!
എത്രയും ചരിതാർത്ഥ -
മല്ലി? യോർത്തപ്പോൾ ലക്ഷ്മി.
മൃത്യുവെപ്പോലും തോല്പി-
ച്ചുയരും ശാസ്ത്രത്തിന്റെ
ശക്തിസൗന്ദര്യങ്ങളെ-
ക്കണ്ടു വണങ്ങീ കാലം.
മതഭേദവും ലജ്ജി-
ച്ചൊളിച്ചൂ; അവയ്ക്കുമേൽ
മനുഷ്യത്വത്തിൻ ജയ-
ക്കൊടി പാറുകയല്ലീ!

യാത്ര ചൊന്നിറങ്ങവേ
മകളെ തന്നോടയാൾ
ചേർത്തുപിടിച്ചൂ; കൺകൾ
നനഞ്ഞേപോയ് രണ്ടാൾക്കും!
ഒരു മാത്രയാ പുത്രി
സ്വപിതാവിന്റെ ഹൃത്തിൻ
ശ്രുതിയോർത്തുവോ? സ്നേഹ-
മൊഴി കേട്ടുവോ വീണ്ടും?!

*ഓളങ്ങളിൽ

"ഓളങ്ങളിൽ മാഞ്ഞുപോയി!"
          വിരൽചൂണ്ടി
ബാലൻ വിതുമ്പി;
          നിറഞ്ഞിതാ കൺകളും!
ലോകം മുടിക്കാ-
          നൊരുങ്ങിയ മാരക-
രോഗാണു താണ്ഡവ-
          മാടിയ ഭൂമിയിൽ
വാർത്തകൾ തേടി-
          യിറങ്ങിയോർ ഞങ്ങളീ
മാധ്യമക്കാരുടെ
          ചോദ്യത്തിനപ്പൊഴും
ഗദ്ഗദകണ്ഠനാ-
          യാ കുട്ടി കൺതുട-
ച്ചുത്തരമേകി:
          "യോളങ്ങളിൽ മാഞ്ഞുപോയ്!"
മൃത്യു, തൻ ഭീഷണ
          ദുർമുഖം കാട്ടിയ
ഉത്തരഗ്രാമത്തിൻ
          നീറുന്ന കാഴ്ചയിൽ

* കൊവിഡ് 19 ബാധിച്ച് മരിച്ചവരുടെ മൃതദേഹങ്ങളാൽ ശവപ്പറമ്പായ ഉത്തരേന്ത്യൻ ഗ്രാമം സന്ദർശിച്ച മാധ്യമ സുഹൃത്തിന്റെ അനുഭവത്തെ ആസ്പദമാക്കി രചിച്ചത്.

അഹമ്മദ് ഖാൻ

ഏറെത്തളർത്തിയ
ദൃശ്യമാണാകൊച്ചു-
ബാലന്റെ വാക്കിൽ
നിറഞ്ഞതാം നൊമ്പരം!
ഭീതിദരോഗാണു
ദംശിച്ച തൻ പ്രിയ
മാതാപിതാക്കളും
ചേച്ചിമാർ മൂവരും
പ്രാണന്നുവേണ്ടി-
പ്പിടഞ്ഞു മരിച്ചതു
കാണുവാൻ ബാക്കിയായ്-
ത്തീർന്നതാം നൊമ്പരം!
ആ മൃതദേഹങ്ങൾ
സംസ്കരിക്കാൻ പോലു-
മായി; ല്ലതിന്നും
ചെലവേറെയുണ്ടുപോൽ!
പിന്നെ തന്നുറ്റവർതൻ
ജഡം നീങ്ങുവ-
തൊന്നു കണ്ടീ നദീ-
തീരത്തു നിന്നവൻ!
എങ്ങോട്ടു നീന്തണ-
മെന്നറിയാത്തൊരു
സങ്കടമായവ-
നുള്ളിൽ തപിക്കവേ
എങ്ങനെ സാന്ത്വനി-
പ്പിക്കേണ്ടൂ? ദുഃഖമി-
തെങ്ങനെ നിർവ്വചി-
ക്കേണ്ടൂ? വിധിയെന്നോ!
വേറെയുമുണ്ടിതുപോ,-
ലൊരു ജന്മത്തിൻ
വേദനയൊന്നാകെ
സ്വായത്തമാക്കിയോർ!

സന്ധ്യയെരിഞ്ഞൂ;
മടങ്ങാനൊരുങ്ങവേ
പിന്തിരിഞ്ഞൊന്നു
നോക്കീടുമ്പൊഴപ്പൊഴും
തൻ വിരൽ ചൂണ്ടിനി-
ന്നായിളം ചുണ്ടുകൾ
മന്ത്രിപ്പു വീണ്ടും:
"മോളങ്ങളിൽ മാഞ്ഞുപോയ്!"

ഉ(കു)റുമ്പുകൾ

പതിവില്ലാതിന്നർദ്ധ-
രാത്രിയിലുറക്കത്തിൽ
പഹയൻ വിശപ്പെന്നെ
കുത്തിനോവിക്കയാലേ
ഉണർന്നേ; നടുക്കള
പൂകിയോരോന്നായ് തപ്പി
മണത്തൂ, വിശ,പ്പതിൻ
നീണ്ട നാസിക നീട്ടി!
എപ്പൊഴോ ചമച്ചതിൽ
ബാക്കിവന്നതാം രണ്ടു
ചപ്പാത്തിയിരിപ്പു; ണ്ട-
തെങ്കിലതെന്നായ് വയർ!
കൈയിലെടുക്കേയതിൻ
മേലെയായ് മേയുന്നിതാ
വയ്യ നോക്കുവാ; നെത്ര
നൂറു നൂറുറുമ്പുകൾ!
ഒക്കെയും തുലച്ചല്ലോ
ദുഷ്ടജീവികൾ! വിശ-
പ്പെത്രയുമസഹ്യമായ്
മാറ്റിയോ? അശ്രീകരം!
അപ്പൊഴേക്കവറ്റകൾ
ഭയതന്ത്രരായ് നീളെ
കിട്ടിയോരന്നം വഹി-
ച്ചോടുവാൻ തുടങ്ങയായ്!

അഹമ്മദ് ഖാൻ

പരക്കംപായയും പാവം
ജീവിയെക്കാൺകെ മെല്ലെ
വെറുപ്പും വിശപ്പുമെ-
ന്നുള്ളിൽനിന്നെങ്ങോ പോയി!

ഉറക്കം വെടിഞ്ഞർദ്ധ-
രാത്രിയുമധ്വാനിക്കും
മിടുക്കേ നിന്നോടെനി-
ക്കില്ല വിദ്വേഷം തെല്ലും.
അറിവേൻ, ഞങ്ങൾക്കു നീ
നിത്യശല്യ; മെന്നാൽ നിൻ
കുറുമ്പും പ്രകൃതി, തൻ
പൂർണ്ണതയ്ക്കല്ലോ തീർത്തു?
വിശ്രമമെന്യേയുള്ള
പ്രയത്നം, സ്നേഹൈക്യവും
വിശ്രുതമല്ലീ? ഞാനീ-
യലസൻ മയങ്ങട്ടേ..

കാലം

"നാലായ് തീയതി! കലണ്ടറിന്റെ
താളെന്തിനിയും മറിച്ചിടാത്തൂ?"
പുത്രിതൻ ചോദ്യത്തിനുത്തരമായ്
ഭിത്തിമേൽ നോക്കിനേൻ; വാസ്തവം താൻ.
ഒക്ടോബർ പോയി, നവംബറായി;
ഒട്ടുനാൾ പിന്നെയും താണ്ടി, യെന്നാൽ
ആയതറിയാതെ ഞാനിരിപ്പൂ
വായിച്ചുമെന്തോ കുറിച്ചുകൊണ്ടും!
ഏതാനും നാളുകൾ മുന്നമല്ലീ
താളൊന്നു ഞാൻ മാറ്റിയിട്ടു? പക്ഷേ,
എത്ര വേഗത്തിൽ കുതിപ്പു കാലം
എത്തും പിടിയുമില്ലാത്ത മട്ടിൽ!
എന്നു തുടങ്ങി നിൻ യാത്ര, ചൊല്ലൂ;
എങ്ങോട്ടു പോകുന്നു കാലമേ നീ?
ലക്ഷ്യമെന്തെന്തിതിന്നർത്ഥമെന്തോ!
വിശ്രമവും നിനക്കന്യമെന്നോ!

ഈ വിശ്വമാകെയും കീഴടക്കി,
ദ്യോവിലും വെന്നിക്കൊടി പറത്തും
മർത്ത്യനീ നിന്നെപ്പിടിച്ചുകെട്ടാൻ
കെല്പെഴാതിന്നും കുഴങ്ങിനില്പൂ!
നാളുകൾ, മാസങ്ങൾ, വർഷങ്ങളും
നാളെ,യി, ന്നിന്നലെയെന്നുമെല്ലാം

അഹമ്മദ് ഖാൻ

മാനുഷർ ഞങ്ങൾ ഗണിച്ചുവെയ്പൂ
ജ്ഞാനഗ്രന്ഥത്തിൽ നിൻ കാല്പാടുകൾ!
ഒക്കെയും നോക്കിച്ചിരിച്ചു നീ, നിൻ
ചക്രരഥത്തിൽ ഗമിക്കയല്ലീ?
"വിഡ്ഢികൾ!" എന്നു മൊഴിഞ്ഞു വീണ്ടും
അസ്ത്രവേഗത്തിൽ കുതിക്കയല്ലീ?
എത്ര കാലത്തേക്കു നിന്റെ യാത്ര?
എത്ര വിചിത്രമീ നിൻ ചരിത്രം!
ഞങ്ങൾതൻ ധാർഷ്ട്യമഹന്തകളും
എങ്ങും നിറച്ചൊരണ്വായുധവും
ഒന്നുമേ നിന്റെ വഴിമുടക്കാൻ
നന്നല്ലൊരല്പവും; നീ അജയ്യൻ!

ഓരോന്നു ചിന്തിച്ചിരിക്കെ, നേരം
ഓടുന്നിതയ്യോ;ഡിസംബറായി!
കാലമേ നിന്നിന്ദ്രജാലമെഴും
ലീലതൻ മുന്നിൽ ഹാ തോറ്റു ഞങ്ങൾ!

ഒറ്റമൂലി

"എന്തൊരസ്വസ്ഥത! രക്തസമ്മർദ്ദം! ഹാ
സന്ധികൾ പൊട്ടിത്തകരുന്നിതേ!
ഭേദമില്ലല്പവും സ്ഥായിയാമെൻ തല-
വേദനയ്ക്കും മിഴിനീറ്റലിന്നും!
തെറ്റും ശരിയുമറിയുവാൻ വെമ്പുമെൻ
ചിത്തത്തിൽ സംഘർഷമാണെപ്പൊഴും!
ഒന്നുമേ കാര്യമായ് ചെയ്യാതെ രാപ്പകൽ
വന്നുപോം; പാഴായിടുന്നു നേരം!
ഒക്കെയുമോർത്തു കിടക്കുകിൽ രാത്രിയു-
റക്കവുമെന്നെയുപേക്ഷിച്ചുപോയ്!
നല്ല മരുന്നുകളേകിയീ ദുഃഖത്തിൽ-
നിന്നുമെന്നെക്കരകേറ്റിടേണം!"
സശ്രദ്ധമെല്ലാം ശ്രവിച്ച ഭിഷഗ്വരൻ
ലക്ഷണം കണ്ടിട്ടാരാഞ്ഞീവിധം:
"നിത്യരാഷ്ട്രീയകാര്യങ്ങളിലെത്രയും
തല്പരൻ താങ്കളെന്നൂഹിപ്പു ഞാൻ."
"വാസ്തവ"മെന്നറിയിക്കേ മരുന്നൊഴി-
വാക്കിയാ ഡോക്ടറൊരൊറ്റമൂലി
ചൊല്ലിനാൻ പുഞ്ചിരി; ച്ചെൻ ദിനചര്യയിൽ
തെല്ലൊരു മാറ്റമേ വേണ്ടുവത്രെ!

ആഴ്ചയൊന്നിപ്പോൾ കട; ന്നെനിക്കെത്രമേ-
ലാശ്വാസമേകിയാ ഒറ്റമൂലി!

അഹമ്മദ് ഖാൻ

ഇല്ല കറക്കം, പിരിമുറുക്കം, ദേഹ-
വല്ലായ്മ, ചിന്താക്കുഴപ്പങ്ങളും!
വസ്തുതയെന്തെന്നറിയുവാൻ വെമ്പിയ
ചിത്തത്തിലുൽക്കണ്ഠയേതുമില്ല!
സ്വസ്ഥമായിന്നുറങ്ങീടുന്നു, നാളുക-
ളർത്ഥവത്തായി മാറുന്നു, ശാന്തം!

എന്തായിടാം ദിനചര്യയിലിന്നെനി-
ക്കുണ്ടായ മാറ്റമെന്നോ? പറയാം:
മറ്റൊന്നുമല്ലല്ല കൂട്ടുകാരേ, ചാനൽ-
ചർച്ചകൾ കേട്ടിരിപ്പില്ലയിപ്പോൾ!

വാർദ്ധക്യപർവ്വം

"വന്നുവല്ലോ നീയെന്നെ-
ക്കാണുവാ, നുരിയാടാൻ!
നന്ദിയോതുന്നേൻ ഗോപീ
നിനക്കും നിൻ പുത്രന്നും!
ഭൂമിയിലേറ്റം ഭാഗ്യ-
മുള്ളവൻ ഞാനെന്നത്രെ
ഹാ മനക്കോട്ട പടു-
ത്തുയർത്തീയൊരിക്കൽ ഞാൻ!"
പോയ കാലത്തിന്നോരോ
വേളകൾ മനസ്സിലേ-
ക്കോടിയെത്തുന്നു; മേനോൻ
ഓർത്തെടുക്കുന്നു വീണ്ടും:
"അന്നൊക്കെ പഠിക്കുവാ-
നെന്റെ കുട്ടികൾ നാലും
പിന്നിലായിരുന്നി,ല്ലെൻ
ധനവും തുണച്ചേറെ.
രണ്ടുപേർ ഡോക്ടർ, നടു-
ക്കുള്ളവരെൻജിനീയർ;
കണ്ടു ഞാൻ സ്വയം മറ,-
ന്നാത്മനിർവൃതികൊണ്ടു!
നാളെതൻ അദൃശ്യമാം
പാഴിരുളറിയാതെ

നേടിയെല്ലാമെന്നപ്പോൾ
നിനച്ചൂ, ഞാനാം മൂഢൻ!
മക്കളോരോന്നായ് വാഴ്വി-
ന്നർത്ഥ, മഴകും തേടി
ഒക്കെയും പറന്നോരോ
ദിക്കിലായ് ചേക്കേറവേ
ജീവിതാസ്തമയത്തി-
ലൊറ്റയായ് ഞങ്ങൾ; സ്വയം
ജീവപര്യന്തം ശിക്ഷ
വരിച്ച രണ്ടാത്മാക്കൾ!
പിഴച്ചോ എനി? ക്കില്ലി-
ല്ലവർതന്നുയർച്ചയൊ-
ന്നൊഴിച്ചില്ലല്ലോ വേറെ
സ്വപ്നവുമാഹ്ലാദവും!

ഓർമ്മയുണ്ടിന്നെന്നപോൽ
നിന്റെ പ്രാരാബ്ധങ്ങ; ള-
ന്നോരോ പകലും രാവും
മുട്ടിക്കാൻ ക്ലേശിച്ചെത്ര!
എങ്കിലും അയൽക്കാര-
നെന്നോടും കൈനീട്ടാതെ,
സങ്കടം പുറത്തൊന്നും
കാട്ടാതെ തുഴഞ്ഞു നീ.
മൂത്തവൻ വില്ലേജാപ്പീസ്-
ക്ലാർ, ക്കവനടുത്തല്ലീ?
മൂന്നാമൻ കൃഷിയുമാ-
യൊപ്പമുണ്ടെന്നോ ചൊല്ലി?
ദൂരെയല്ലല്ലോ വാസം
മകളും; നിനയ്ക്കുകിൽ
വേറെയെന്തിനി വേണ്ടൂ,
സ്വാസ്ഥ്യമോടുൾക്കൺ പൂട്ടാൻ!
വന്നല്ലോ കാണാനായി-
ട്ടിത്രയും ദൂരം താണ്ടി;
നന്ദിയെൻ ചങ്ങാതീ, നീ
എത്രയും പുണ്യംചെയ്തോൻ!"

"ഇനിയും കാണാ, മിപ്പോൾ
യാത്രയാകട്ടെ" ഗോപി

മകനോടൊപ്പം പടി-
　　　　ക്കെട്ടുകളിറങ്ങവേ
ഹൃദയം തേങ്ങീ മേനോൻ
　　　　നോക്കിനില്ക്കുന്നു, വൃദ്ധ-
സദനം നിർവ്വികാരം
　　　　സാക്ഷിയായ് നില്പൂ പിന്നിൽ!

തടവറയിൽ

പകലാ; യെന്നാലുമി -
ല്ലൊച്ചയനക്കങ്ങൾ; ഞാൻ
പതിയേ ജനാലയി-
ലൂടെ നോക്കുന്നു ഗൂഢം.
തിരക്കിട്ടോരോ ലക്ഷ്യ-
സ്ഥാനത്തേക്കവിരാമം
കുതിക്കും ശകടങ്ങ-
ളില്ല വീഥിയിലെങ്ങും.
ഇല്ല വിദ്യാർത്ഥിക്കൂട്ടം,
ഗുമസ്തപ്പരാധീനർ,
ഇല്ല യാചക,രയൽ-
നാട്ടിലെത്തൊഴിലാളർ.
നിത്യവ്യായാമത്തിന്നായ്
നക്കോനിറങ്ങുമാ
മദ്ധ്യവയസ്കൻമാരു-
മില്ല കമ്പോളങ്ങളും.
ശക്തിയറിയിക്കാനായ്
യാത്രമുടക്കീടുമാ
കക്ഷിരാഷ്ട്രീയക്കാരു-
മില്ലി, ല്ലാക്രോശങ്ങളും.
അത്ഭുതം! ദേവാലയ-
ദർശനങ്ങളുമില്ല;

അത്ഭുതരോഗശാന്തി-
ശുശ്രൂഷോത്സവങ്ങളും!

രാത്രിയിൽ തുടങ്ങിയ
മഴയുണ്ടിപ്പോഴു, മീ
ധാത്രിതൻ നിലയ്ക്കാത്ത
ദീനവിലാപം പോലെ!
എങ്കിലും കാണാമിപ്പോൾ
മുഖമില്ലാത്തോർ ചില-
രന്തരാ ശങ്കിച്ചുകൊ-
ണ്ടങ്ങിങ്ങായ് നിഴൽപോലെ.
തങ്ങളിൽ നോക്കുന്നീല;
മിണ്ടുന്നീലവ,രെന്നാൽ;
സങ്കടം? സ്നേഹം? പക?
എന്താവാമുള്ളിന്നുള്ളിൽ!
അറിവീ; ലവരേതോ
ശത്രുവെ നിരീക്ഷിക്കും
മിഴിയാലല്ലീ നോട്ടം?
എത്ര കേവലർ മർത്ത്യർ!
ആർത്തലച്ചെത്തുന്നതു
മഴതൻ ഹുങ്കാരമോ?
ആംബുലൻസാണോ! ജനൽ-
വാതിലടയ്ക്കട്ടെ ഞാൻ.

പകലാ, ണെന്നാലുമൊ-
ന്നുമ്മറത്തിറങ്ങുവാൻ
ഭയമാ, ണദൃശ്യനാം
മൃത്യു പാത്തിരിപ്പുണ്ടാം!

അഹമ്മദ് ഖാൻ

ആ കണ്ണുനീർ

ഓർത്തിരിക്കാറുണ്ടിടയ്ക്കിടെയിന്നും കാൽ-
നൂറ്റാണ്ടിനപ്പുറ, ത്താസ്പത്രിയിൽ
അച്ഛന്റെ ദീനക്കിടക്കയ്ക്കരികിലായ്
നിശ്ശബ്ദദുഃഖമായ് ഞാൻ നില്ക്കവേ
ഡോക്ടർ വന്നാ കരം മെല്ലെപ്പിടിച്ചു, തൻ
വൈദ്യശാസ്ത്രത്തിൻ പഠിപ്പുമായി
ഒത്തുനോക്കുന്നു; പി, ന്നൊന്നുമേ മിണ്ടാതെ
നില്ക്കുന്നു യുദ്ധത്തിൽ തോറ്റതുപോൽ!
അന്നേരമച്ഛന്റെ നെറ്റിമേൽ വീണൊരെൻ
കണ്ണുനീർത്തുള്ളികൾ കണ്ട ഡോക്ടർ
ചേർത്തുപിടിച്ചുകൊണ്ടാശ്വസിപ്പിച്ചുവോ?
“സാർത്ഥകമീ പിതാവിന്റെ ജന്മം!”

അബ്ദങ്ങളേറെക്കൊഴിഞ്ഞുപോയ്; രണ്ടുപേർ-
ക്കച്ഛനായ് മാറിഞാ, നെന്നാകിലും
പ്രാണനിൽ നിന്നൊരു പാതിയടർന്നൊരാ
നോവിന്റെ വേളയോർക്കുമ്പൊഴെല്ലാം
ഒപ്പമെത്തീടാറുണ്ടന്നത്തെക്കണ്ണുനീർ-
മുത്തുകൾ പിന്നെയുമെൻ മിഴിയിൽ.
ആ മിഴിനീരിലലക്കിയെടുപ്പു ഞാൻ
ജീവിതമെന്ന മുഷിഞ്ഞ വസ്ത്രം!

പത്രവൃത്താന്തം

ദിനപ്പത്രം മൂന്നെണ്ണമീ
വീട്ടിലുണ്ടെന്നാലുമെന്റെ
മകനവയൊന്നും കൈയാൽ
തൊടുകയില്ല!

സഹികെട്ടുപോയൊരു നാൾ
ശകാരിക്കാൻ തുനിഞ്ഞപ്പോൾ
ഗതികെട്ടവനെൻ പക്ക-
ലിരുന്നൊരെണ്ണം,

മലർക്കെത്തുറന്നുവെച്ചു
വായിക്കാൻ തുടങ്ങയായി
തലക്കെട്ടുകളോരോന്നാ-
യുച്ചത്തിലേവം:

'സ്ത്രീകളെന്നാൽ പ്രസവിക്കാൻ
മാത്രമുള്ളോർ; ശരീഅത്തിൻ
നീതി നടപ്പാക്കും പുത്തൻ
ഭരണകൂടം'.

'പാർട്ടിയെമ്മെല്ലേമാരാരും
ചാടിപ്പോകാതിരിപ്പാനായ്

ഹോട്ടൽമുറിക്കുള്ളിൽ പൂട്ടി
ജനാധിപത്യം.'

'കൂട്ടബലാൽസംഗം; പെണ്ണി-
ന്നമ്മയഞ്ചാം പ്രതി'; 'യച്ഛൻ
വീട്ടിനുള്ളിൽ പീഡിപ്പിച്ച-
താറേഴു കൊല്ലം.'

'സ്വർണ്ണക്കടത്തന്വേഷണ-
മിഴയുന്നു'; 'നേതാവൊരാൾ
കള്ളപ്പണക്കേസിൽപ്പെട്ടു
പരുങ്ങിനില്പൂ.'

'പെൺവാണിഭം കൊഴുക്കുന്നു
നഗരത്തിൽ'; 'പിടികൂടി
കഞ്ചാവിന്റെ വൻശേഖരം
നിശാസദസ്സിൽ.'

'അമ്മാവനോടൊപ്പം നവ-
വധു ഒളിച്ചോടി'; 'തന്റെ
കൺമണിയെക്കളഞ്ഞാരോ
അഴുക്കുചാലിൽ.'

'മദ്യപിക്കാൻ പണം ചോദി-
ച്ചച്ഛനെ വധിച്ചു പുത്രൻ';
'കുട്ടികളെക്കൊന്നൊരമ്മ
വിഷം കഴിച്ചു.'

'ലക്ഷങ്ങൾ കവർന്നു ഹണി-
ട്രാപ്പിൽ' 'വിദ്യാർത്ഥിനികൾക്കു
അശ്ലീല ചിത്രങ്ങളയ-
ച്ചൊരദ്ധ്യാപകൻ'.

'സാമൂഹിക മാധ്യമത്തി-
ലടുപ്പത്തിലായൊരാൾതൻ
പ്രേമത്തിനായ് നാടുവിട്ടു
മദ്ധ്യവയസ്ക...'

പത്രപാരായണമേവം

പുരോഗമിക്കവേ, മനം
കുറ്റബോധത്താലേ സ്വയം
ശപിച്ചുപോയി!

ഉറക്കം നടിച്ചു കണ്ണൊ-
ന്നടച്ചൊട്ടു കഴിയവേ
മിടുക്കനവൻ വിജയ-
മാർന്നെണീറ്റുപോയ്!

'നാണംകെട്ടീയച്ഛ' നെന്നെൻ
പുത്രനപ്പോൾ പറഞ്ഞുവോ?
നേരാണു, ഞാൻ തല കുമ്പി-
ട്ടിരിക്കയല്ലീ!

ഇല്ല, പത്രം വായിക്കുവാൻ
ചൊല്ലുകില്ലെൻ മോനേ, യിനി
ഇല്ല ജാഗ്രതക്കുറവെ-
നിക്കു വരില്ല.

ദിനപ്പത്രവൃത്താന്തവു-
മശ്ലീലമാക്കി നീ; യിളം-
മനസ്സും മലിനമാക്കി
കെട്ട കാലമേ!

*തൂലികപ്പടവാൾ

അങ്ങനെ ഭവാൻ വാഴും
ഭവനം പൂകീ ഞാന-
ന്നങ്ങയെക്കാണാൻ; നർമ്മ-
മൊഴികൾ ശ്രവിക്കുവാൻ.
ഏറുമാഹ്ലാദത്തോടെ
സ്വീകരിച്ചിരുത്തി; യെൻ
പേരു ചൊന്നുച്ചത്തിൽ പി;-
ന്നുള്ളിലുള്ളാരോ കേൾക്കാൻ.
തുടങ്ങീ സരസമാം
ഭാഷണ; മെന്നാലാദ്യം
കുടുംബവൃത്താന്തങ്ങ-
ളാരായാൻ മറന്നില്ല.

ഇന്നു ഭാഷയിൽ, കാവ്യ-
ശൈലിയിൽ, രൂപങ്ങളിൽ
വന്നതാം വൈചിത്ര്യങ്ങൾ,
വന്യമാം വൈരൂപ്യങ്ങൾ...
അക്കമിട്ടുദാഹരി-
ച്ചൊന്നൊന്നായ് നിരത്തിയും
അക്കഥയ്ക്കിടയ്ക്കിടെ
ചിരിപ്പൂ വിടർത്തിയും

* വിമർശഹാസകവി ചെമ്മനം ചാക്കോയെ സന്ദർശിച്ചതിനെ അനുസ്മരിച്ച്

ഒട്ടുപോകവേ, ചുടു-
ചായയുമായെത്തുന്നു
കെട്ടിയോൾ- വിദ്യാർത്ഥികൾ-
തൻ പ്രിയ ബേബിടീച്ചർ!
ചായയോടൊപ്പം പിന്നെ
രുചിച്ചൂ രാജ്യത്തിന്റെ
പോയ നാൾകൾതൻ ചില
ഹൃദ്യമാം സ്മരണയും!
ആദർശം വ്രതമാക്കി-
പ്പോന്നൊരാ കാലത്തിന്റെ
പ്രേതമാണിന്നിക്കാണും
രാഷ്ട്രമെന്നോതീ ഭവാൻ!
അപ്പൊഴാ മുഖത്തിരുൾ
പരന്നൂ; ആ ദുഃഖം പി-
ന്നെപ്പൊഴോ കവിതയായ്
പെറ്റു വീണിട്ടുണ്ടാമോ!
പിന്നെ നിൻ പുതുപുത്തൻ
കൃതിയൊന്നെടു; ത്തതിൽ
വന്നതാം പിഴവുകൾ
തിരുത്തിത്തന്നൂ കൈയിൽ.
"അച്ചടിപ്പിശകുകൾ
ചിലതു; ണ്ടവ ഞാനീ
പച്ചമഷിപ്പേനയാൽ
തിരുത്തി" ചൊന്നൂ താങ്കൾ.
"നന്നായി"; ചൊല്ലീ ഞാനും:
"തെറ്റുകൾ പൊറുക്കാത്ത-
തൊന്നാണീ പടവാളെ-
ന്നറിവൂ മലയാളം."
ആ നറുവാക്കിൻ രസ-
മാസ്വദിക്കയാൽ ചിരി-
ച്ചീ നിസ്സാരനെയുമ-
ന്നനുഗ്രഹിച്ചീലയോ!

അഹമ്മദ് ഖാൻ

*അരുതേ സ്മാരകമരുതേ

സ്മാരകമരുതേ അധികൃതരേ
മാരകമാണതറിഞ്ഞാലും.
പാരകളാലേ പണിയുമതെങ്കിൽ
പാരിനു ഭാരവുമായീടും.
പതിനഞ്ചാണ്ടായ് പാതാളത്തിൽ
പരമസുഖം ഞാൻ വാഴുന്നു;
പരിചിതരില്ലിവി,ടതിനാൽ സ്വസ്ഥം
കവിതകൾ മൂളി രസിക്കുന്നു.
അക്കാദമികൾ,പുരസ്കാരങ്ങൾ
സർക്കാറിൻ വക സൽക്കാരങ്ങൾ..
ഈവക തൊന്തരവില്ലിവിടെൻ പ്രിയ-
ജീവിതമങ്ങനെ ജീവിക്കുന്നു.

സ്മാരകമരുതേ അധികാരികളേ
മാരകമാണതു കേട്ടാലും.
വർഷം തോറുമനുസ്മരണങ്ങൾ,
ഭക്ഷണസെമിനാ, റേമ്പക്കങ്ങൾ,
അക്ഷരമറിയാ ഭോഷൻമാർക്കൊരു
ലക്ഷ്വറിനാൾ കൈവരുമന്നേവം.
പിന്നൊരു തുകയതു ചെലവിൽ കാട്ടി
നന്നെന്നോതും കരഘോഷങ്ങൾ..

---

* അന്തരിച്ച് പതിനഞ്ചാണ്ട് കഴിഞ്ഞിട്ടും; കുടുംബം സ്ഥലം നൽകിയിട്ടും കവി അയ്യപ്പപ്പണിക്കർക്ക് ഇനിയും സ്മാരകമായില്ലെന്ന വാർത്തകൾ കണ്ടപ്പോൾ.

സ്മാരകമരുതേ അരുതരുതേ
മാരണമാണതു ചൊല്ലീടാം.
കുന്നായ്മകളുടെ കുന്നിൻമേലേ
കുറുകിയിരിക്കും കൂനൻമാരേ
കാണുന്നുണ്ടിന്നിവിടെയിരുന്നും
നാണംകെട്ടൊരു ചെയ്തികൾ ഞാൻ.
പത്രാസുകളുടെ പിമ്പേ പായും
പത്തരമാറ്റിൻ പാമരരേ
വേണ്ടാതീനം കാട്ടീടൊല്ലേ
കാണ്ടാമൃഗവും വിലപിക്കും.

അരുതരുതരുതേ സ്മാരകമരുതേ
അരുതായ്മകളരുതരുതേ.
അപ്പോഴെല്ലാം ചൊന്നതുപോലെ
തിത്തൈ തകൃതൈ തിത്തിത്തൈ.

അഹമ്മദ് ഖാൻ

പാവം മനുഷ്യൻ!

പാതയോരത്തെ മരത്തിലെ മാളിക-
വാതിൽ തുറന്നവൾ മെല്ലെ
താഴോട്ടു നോക്കി: 'മനുഷ്യരെന്തിങ്ങനെ
വായ് മുഖമൊക്കെയും മൂടി,
ആരെയോ പേടിച്ചപോൽ തമ്മിലൊന്നുമേ
ആരുമുരിയാടിടാതെ
മാമുനികൾപോൽ നടക്കുന്നു! പണ്ടുമീ
മാനുഷരിങ്ങനെയെന്നോ?'

അന്തിയിൽ കാക്കച്ചി ചേക്കേറവേ തന്റെ
സന്ദേഹമാ കുരുന്നോതി.
കൊക്കിൽ കരുതിയ ഭക്ഷണം തൻകുഞ്ഞി-
നല്പാല്പമായ് പകർന്നേകി,
ഏറിയ ദുഃഖമോടമ്മ ചൊന്നിങ്ങനെ
മാറിയ ലോകാന്തരീക്ഷം:
"മക്കളേ, ഏതോ ഭയാനകരോഗാണു
മർത്ത്യരെക്കൊന്നൊടുക്കീടാൻ
വന്നുവത്രെ; പാവമിന്നവർ ക്ലേശിപ്പു
വല്ലാതെ, ജീവിച്ചുപോകാൻ!
ബുദ്ധിയെഴുന്നവരെങ്കിലുമുള്ളിലെ
ദുഷ്ടവിചാരങ്ങൾ മൂലം
ജീവിതം ദുസ്സഹമാക്കാൻ മിടുക്കുള്ള
ജീവികളാണീ മനുഷ്യർ!

എന്തൊക്കെയാകിലും കാക്കകൾ നമ്മൾക്കു
ബന്ധുക്കളാണവരെന്നും.
ഇന്നൊരദൃശ്യനാം രോഗാണുവിൻ മുന്നിൽ
നിന്നു വിറയ്ക്കുമീ മർത്ത്യൻ
സങ്കടക്കാഴ്ചയാ; ണില്ലവർക്കാഹ്ലാദ-
സംഗമാഘോഷങ്ങളൊന്നും;
പേടിച്ചിരിക്കയാണാബാലവൃദ്ധരും
വീടുകൾക്കുള്ളിലായ്, കഷ്ടം!
എത്രപേരോരോ ദിനംതോറുമാ ക്രൂര-
മൃത്യുവിൻ ഗേഹമെത്തുന്നു!"

പിന്നൊരു മാത്രയെന്തോ നിനച്ചെന്നപോൽ
കണ്ണീർ നനഞ്ഞൊരീണത്തിൽ
ഉള്ളുലഞ്ഞോതുന്നു പക്ഷി: "ഹാ ഇത്രയേ
ഉള്ളൂ മനുഷ്യന്റെ കാര്യം!"

സുന്ദരകാണ്ഡം

കല്യാണം കഴിഞ്ഞേറെ-
യായില്ല; നഗരത്തി-
ലന്നൊരു ദിനം ചുറ്റി-
ക്കറങ്ങാൻ തുടങ്ങവേ

കർക്കടകത്തിൻ വര-
വറിയിച്ചെങ്ങും കാണ്മൂ
കർക്കടകഞ്ഞിക്കൂട്ടിൻ
പരസ്യപ്രളയങ്ങൾ.

'ഉത്തമമാണൗഷധ-
ക്കഞ്ഞി' യെന്നവ; ളെന്നാൽ
എത്തിയതന്നേരമെൻ
മനസ്സിൽ മറ്റൊന്നല്ലോ.

കർക്കടകത്തെ എഴു-
ത്തച്ഛനോടൊപ്പം ചേർത്തു-
വെയ്ക്കയാലാകാ; മതെ-
ന്നുള്ളിലു, ണ്ടതായിടാം;

ചൊല്ലിനേൻ: 'വാങ്ങാം കഞ്ഞി-
ക്കൂട്ട; തെങ്കിലും മുന്നേ

എന്നിലുണ്ടൊരു കാവ്യം
    സ്വന്തമാക്കുവാൻ മോഹം."

തുടർന്നേൻ: "രാമായണ-
    മുൾപ്പെടെ പ്രിയമെഴും
കൃതികൾ വാങ്ങാൻ കഴി-
    ഞ്ഞീലയെൻ ദാരിദ്ര്യത്താൽ."

പട്ടണപ്രദക്ഷിണം
    തീർത്തു, വീടെത്തീ ഞങ്ങൾ
മറ്റൊരു രാവിൻ ലയ-
    സൗരഭം നുകർന്നേവം.

മൂന്നാംനാൾ സായാഹ്നമെൻ
    മൈഥിലി, 'രാമായണം'
മോദമോടൊരെണ്ണമെൻ
    കൈകളിൽ സമ്മാനിച്ചു!

'കവിതക്കിറുക്കുള്ളോ-
    നാണു തൻ ഭർത്താ'വെന്ന-
തതിനോടകം പാവ-
    മൂഹിച്ചിട്ടുണ്ടായിടാം.

ഇന്നുമാ കർക്കടക-
    മെത്തവേ സ്മരണയീ
സുന്ദരകാണ്ഡം വായി-
    ച്ചിരിക്കാൻ കൊതിച്ചുപോം!

തൊഴുകൈകകൾ

കൂട്ടരേ, ആണ്ടുകൾ-
ക്കപ്പുറം പട്ടണ-
ഹോട്ടലിൽ നാമൊത്തു-
ചേർന്നതോർക്കുന്നുവോ?

നമ്മിലൊരാൾ വിദേ-
ശത്തു പോകുന്നതിൻ
മുന്നോടിയായൊരാ
സന്ധ്യമറക്കുമോ?

നാലുനാൾ പോകേ
തെരഞ്ഞെടുപ്പായിരു-
ന്നാകയാലന്നത്തെ
ചർച്ചയുമൊച്ചയും

രാഷ്ട്രീയമായിരു,-
ന്നോർപ്പതില്ലേ; പല
പാർട്ടികൾക്കായി
വീറോടെ വാദിച്ചതും?

പിന്നെ വിശിഷ്ടമാ-
മത്താഴവും കഴി-

ച്ചൊന്നായി നാം പുറ-
ത്തേക്കിറങ്ങീടവേ

വോട്ടു ചോദിച്ചൊരു
കക്ഷിതൻ വാഹന-
ക്കൂട്ടമാർഭാടമോടാ
വഴി വന്നതും;

വണ്ടിയൊന്നിൽ തൊഴു-
കൈയുമായ് സ്ഥാനാർത്ഥി
മന്ദഹാസം തൂകി
തെല്ലിട നിന്നതും?

ആ വെളിച്ചത്തിൽ
തെളിഞ്ഞൂ, മരച്ചോട്ടിൽ
പാവമൊരു പെൺനിഴൽ
പരുങ്ങുന്നതായ്!

അഷ്ടിക്കു മറ്റൊരു
മാർഗ്ഗമില്ലാഞ്ഞോ; തൻ
വസ്ത്രമഴിയ്ക്കാ-
നൊരുങ്ങി നില്പാണവൾ!

ഒട്ടകലത്തായ്
നടന്നൊരീ നമ്മളെ
തൊട്ടുഴിഞ്ഞാ ചെറു-
പുഞ്ചിരി, യെങ്കിലും

യൗവ്വനത്തിൻ മിനു-
പ്പൊക്കെയും പൊയ്പ്പോയൊ-
രമ്മയല്ലീ? കണ്ടു
ഞെട്ടി നാം തങ്ങളിൽ!

"എല്ലാർക്കും വേണ്ടാതെ-
യായിന്നു! മക്കളേ
വല്ലതും തന്നുപോ.."
കൈകൂപ്പിടുന്നവൾ!

അഹമ്മദ് ഖാൻ

കണ്ണീർ പുരണ്ടൊരാ
വാക്കുകൾ നമ്മുടെ
നെഞ്ചിലും നൊമ്പരമായ്
പടർന്നീലയോ!

പിന്നെ നർമ്മോക്തികൾ,
പൊട്ടിച്ചിരികളു-
മൊന്നുമില്ലാതെ
പിരിഞ്ഞു നാം മൂകരായ്!

ഓരോ തെരഞ്ഞെടു-
പ്പെത്തുമ്പൊഴൊക്കെയും
ഓർപ്പതില്ലേ നമ്മ-
ളാ ശപ്തരാത്രിയെ?

അന്നത്തിനും അധി-
കാരത്തിനും വേണ്ടി
നിന്നതാം രണ്ടുപേർതൻ
തൊഴുകൈകളും!

മൃത്യു നീ പരാജിതൻ

പകലായിതാ, വീണ്ടും
പതിയേ മൂർച്ഛിക്കുന്നു
പകയോടിന്നും തല-
വേദന; കുഴഞ്ഞു ഞാൻ!
ആസ്പത്രിവരാന്തയി-
ലമ്മതൻ മടിത്തട്ടി-
ലാശ്വാസം തേടിത്തല-
പൂഴ്ത്തി ഞാൻ കിടക്കുന്നു.
ആഴ്ചയൊന്നാകുന്നിപ്പോൾ;
ഉച്ചയെത്തുവോളം ഞാൻ
കാഴ്ചയാണെല്ലാവർക്കും,
നൊമ്പരപ്പുളപ്പിനാൽ!
(കുത്തിവയ്പിനാൽ മന്ദം
മയങ്ങാൻ തുടങ്ങിയോ?)
ഒട്ടുപോകവേ നോവിൻ
ശൗര്യമതകന്നുപോം.
അപ്പൊഴും നെറുകയിൽ
മാതാവിൻ വലംകരം
ഹൃദ്യമാമൊരു സുഖ-
സ്പർശമായറിയുന്നേൻ!
അമ്മതൻ മടിയിൽ ഞാൻ
പൈതലായ് തലചായ്ക്കേ

അഹമ്മദ് ഖാൻ

ഇമ്മണ്ണിൽ സുരക്ഷിത-
നേതു ദീനത്തിങ്കലും!
ഹാ വെറും കിനാവോ? ഞാൻ
ബാലനല്ലല്ലിപ്പോ,ഴെൻ
വാഴ്‌വിലെത്രയോ ദൂരം
താണ്ടിയോൻ; ഗൃഹസ്ഥനും!

ഉണർന്നേ; നലമാര
തുറന്നേ; നതിൽ ഭദ്ര-
മൊരുനാൾ സൂക്ഷിച്ചതാ-
മമ്മതൻ വസ്ത്രം മെല്ലെ
കൈകളിലെടുത്തേ; നെൻ
കൺകളിൽ ചേർത്തേ; നതിൻ
കൈതവം ചേരാ മാതൃ-
സ്നേഹഗന്ധം മുകർന്നേൻ!
ആ തിരുവസ്ത്രം നോക്കി-
യിരുന്നേൻ കുറച്ചിട;
ഞാൻ തിരിച്ചെത്തീ പിന്നെ
നിദ്രയിലലിയവേ
ഇപ്പൊഴും നെറുകയി-
ലാ മൃദുകരസ്പർശം!
മൃത്യു നീ പരാജിത-
നെന്നതല്ലയോ സത്യം!

ഒരേ രക്തം

മുന്നിലായൊരു യുവ-
സ്വപ്നത്തിൻ ശവമഞ്ചം;
കണ്ണീരോടൊരു നാടിൻ
മൗനവിലാപം പിന്നിൽ!
ഇന്നലെ സന്ധ്യയ്ക്കാണീ
തെരുവിൽ, തൻ പാതിതൻ
മുന്നിൽ വെച്ചതി ക്രൂരം
കെടുത്തീയീവെട്ടത്തെ!
കാരണം രാഷ്ട്രീയമാ-
ണെന്നൊരു കൂട്ടർ; വ്യക്തി-
വൈരമാണെന്നും ചിലർ;
വ്യർത്ഥവാഗ്വിലാസങ്ങൾ!
വീട്ടിലേക്കിരുചക്ര-
വണ്ടിയിൽ വരുന്നേരം
കാത്തിരുന്നത്രെ കൊല-
യാളികളാറേഴുപേർ!
കൈകളിൽ കരുതിയ
മാരകായുധങ്ങളാൽ
വൈകിയി,ല്ലവരുടൻ
ചാടിയാക്രമിക്കയായ്!
ഇന്നലെ സന്ധ്യയ്ക്കാണീ
വീഥിയിൽ, തൻ പത്നിതൻ
മുന്നിൽവെച്ചാ പാപികൾ

കൊന്നതീ യുവാവിനെ!
'എന്തിനീ ക്രൗര്യം? നിങ്ങ-
ളൊക്കെയാ; രെന്തേ വേണ്ടൂ?'
എന്ന പെണ്ണാളിൻ ചോദ്യ-
മുയർന്നെങ്കിലും ശീഘ്രം
വെട്ടിവീഴ്ത്തിയും നില-
ത്തിഴച്ചും തെരുതെരെ
കുത്തിയും കാട്ടാളത്തം
നിർദ്ദയമുഖം കാട്ടി!
മുന്നിലായൊരു യുവ-
സ്വപ്നത്തിൻ ശവമഞ്ചം;
പിന്നിലായൊരു നാടിൻ
മൗനവിലാപയാത്ര!
ചോര വാർന്നൊഴുകിയ
വേളയിൽപ്പോലും തന്റെ
തോഴിയെ സംരക്ഷിയ്ക്കാ-
നപ്പാവം ശ്രമിച്ചുപോൽ!
ഒടുവിൽ നിമിഷങ്ങൾ
കൺകൾ പൊത്തവേ, കഷ്ടം!
പിടഞ്ഞാനവസാന-
മായൊരുവട്ടം കൂടി!
കാരണം രാഷ്ട്രീയമാ-
ണെന്നൊരു കൂട്ടർ; വ്യക്തി-
വൈരമാണെന്നും ചിലർ;
തർക്കങ്ങൾ തുടരുന്നു!

അറിവീലീ പ്രാണന്റെ
പാർട്ടിയേതാണെ; ന്നെന്നാ-
ലറിവേനിവനെന്റെ
രക്തമാ,ണെൻ സോദരൻ!

സ്മാരകങ്ങൾ

ഏറെ നാൾ നാടുഭരിച്ചൊരു നേതാവിൻ
പേരിലുയരുന്ന സ്മാരകത്തിൻ
ആദ്യശിലയിടൽ കർമ്മം കഴിഞ്ഞുടൻ
വീട്ടിൽ തിരിച്ചെത്തി വിശ്രമിക്കേ
ഓരോന്നു ചിന്തിച്ച മന്ത്രി, തൻ പത്നിയോ-
ടാരായുന്നീവിധം സാഭിമാനം:
"നാളെയെൻ പേരിലും സ്മാരകമിങ്ങനെ
നാട്ടിലെമ്പാടുമുയർന്നുവരും!
സ്വർണ്ണലിപികളാലന്നതിലൊക്കെയും
എൻ നാമധേയം തിളങ്ങുമല്ലോ!
അങ്ങനെയെന്നും ഞാൻ കാലങ്ങൾക്കപ്പുറം
മങ്ങാത്ത ബിംബമായ് മാറുകില്ലേ?"
പത്നിയീ ചോദ്യത്തിനൊട്ടുമേ വൈകാതെ
പക്വതയോടെ മൊഴിഞ്ഞുത്തരം:
"നാട്ടുനടപ്പതോർത്തീടുകിൽ നിങ്ങളും
നാട്ടുകവലയിൽ ശില്പമായി,
കാക്കകൾക്കത്താണിയാകു; മാപ്പക്ഷിക-
ളോർക്കുമീ മന്ത്രിയെ നന്ദിപൂർവ്വം!
വെട്ടിപ്പിടിച്ചവരല്ലോ ചരിത്രത്തി-
ലൊക്കെയും; താങ്കളും വീരനല്ലേ!
ത്യാഗത്തിൻ മൂർത്തി മഹാത്മജിക്കിപ്പൊഴും
തീയുണ്ടയേൽക്കുവാനല്ലി യോഗം?
ആ പിതാവിന്നുയിർ ചോരയിൽ മുക്കിയോൻ

അഹമ്മദ് ഖാൻ

ആദർശധീര; നിന്നാരാധ്യനും!
സ്വാർത്ഥത, കാപട്യ, മാർത്തി പെരുത്തതാം
രാഷ്ട്രീയക്കാരുടെ കാലമല്ലീ!
നാടിൻ വിഭവങ്ങൾ വിറ്റും വിളമ്പിയും
കാടുകൾ പോലും കൈയേറുകയായ്!
നാലു കാശുണ്ടാക്കാനാവാത്ത മന്ത്രിയെ
മാലോകർ മാനിക്കില്ലെന്നുമായി!
ജീവിതശുദ്ധിവേണ്ടിന്നിവർ; ക്കന്യോന്യ-
മീവിധം രാഷ്ട്രീയം നിർവ്വചിച്ചു!

ചിന്തിക്കുകിൽ, കാലം നിങ്ങൾക്കും സ്മാരക-
മന്ദിരമൊന്നു പടുത്തുയർത്താം.
എത്രമേൽ വിസ്മയമാണിന്നതോർക്കുകി;-
ലെങ്കിലും സ്വപ്നങ്ങൾ പിന്നെയാവാം;
നേരം കളയാതുറങ്ങുക, രാവിലെ
വേറൊരു കല്ലിടലുള്ളതല്ലേ!”

പ്രണയദൂരം

നോക്കൂ സഖീ, നിന-
        ക്കോർമ്മയുണ്ടോ; പണ്ടു
പാർക്കിലീ ബഞ്ചി-
        ലിരുന്നു നാം തങ്ങളിൽ
തെല്ലും പരിസര-
        മേതുമറിയാതെ
കണ്ണുകൾ വായി-
        ച്ചിരുന്ന സായന്തനം?
എത്രനേരം നമ്മ-
        ളങ്ങനെ ജീവിത-
ചിത്രങ്ങൾ കണ്ടു
        മറന്നിരുന്നൂ സ്വയം!
പിന്നെ നാം സ്വന്തമായ്
        കൂടൊന്നു തീർത്തതും
കൺമണികൾക്കതിൽ
        തൊട്ടിൽ ചമച്ചതും
അക്കൊച്ചു പാദങ്ങൾതൻ
        പിച്ചവെയ്ക്കലും
ഒക്കെയുമിന്നലെ-
        യെന്നപോലോർപ്പു ഞാൻ.
ആ ബഞ്ചിലിന്നിതാ
        പുത്തൻതലമുറ-
ക്കാമുകീകാമുകർ;

രണ്ടു പൂമ്പാറ്റകൾ!
കയ്യിലോരോ മൊബൈൽ
ഫോണുണ്ടതിലവ-
രെന്തോ തിരഞ്ഞിരി-
ക്കുന്നു നിസ്സംഗരായ്!
ദൂരെയായ് കാണുമാ
നാട്ടുമാവിൻ നിഴൽ-
ച്ചാരെയിരിക്കാം;
നടക്കുക മെല്ലെ നീ.

2

കപ്പലണ്ടിപ്പൊതി
നീട്ടിനില്ക്കുന്നൊരു
വില്പനക്കാരൻ!
വിളിച്ചതാ? രിപ്പൊഴും
നിന്നിലുണ്ടന്നത്തെ
കൗശലക്കാരിതൻ
കുന്നായ്മകൾ; അവ-
യ്ക്കില്ലയോ വാർദ്ധകം!
എന്നുമീയുദ്യാന-
ലക്ഷ്മി നവോഢയാ-
ണെങ്കിലും വാടി-
ക്കൊഴിഞ്ഞൊരീ പൂക്കൾപോൽ
നമ്മളും വിസ്മൃത-
രാകുമൊരിക്ക; ല-
ന്നിമ്മണ്ണിൽ ശേഷിക്കു-
മീയനുഭൂതികൾ!

3

പാർക്കിലെ റേഡിയോയിൽ
നിന്നുമെത്തുന്നു
വാർത്തയ്ക്കുശേഷം
ചലച്ചിത്രഗാനങ്ങൾ.
പോകാം നമുക്കിനി,
നേരമിതേറെയായ്;
വൈകിയാൽ കിട്ടാതെ-
യായിടാം വണ്ടികൾ.

മെല്ലെ നടക്കുക
　　　വീഴാതെ, മുന്നിലെ
കല്ലുകൾ നോക്കി, യെൻ
　　　കയ്യിതിൽ താങ്ങിയും.

4

തമ്മിലുരിയാടിടാ,-
　　　തൊന്നു നോക്കാതെ
തൻ പ്രിയഫോണി-
　　　ലോരോന്നു കണ്ടിപ്പൊഴും
ആ രണ്ടുപേരു-
　　　മിരിപ്പുണ്ട് ; ഹാ! നിർവ്വി-
കാരങ്ങളാം കൽ-
　　　പ്രതിമകൾ മാതിരി!
സന്ധ്യ തുടുക്കുന്നു;
　　　വാനിലാകർഷകം
രണ്ടിണപ്പക്ഷികൾ
　　　പാടിമറയുന്നു...

അഹമ്മദ് ഖാൻ

കണ്ണേ മടങ്ങുക

സ്നേഹിതാ രണ്ടാഴ്ച മുന്നമീ ഭീതിദ-
രോഗാണുവിൻ കഥ ചൊല്ലി,

ഏറുമുത്ക്കണ്ഠകൾ പങ്കുവെച്ചീലയോ
ഏറെ നേരം നമ്മൾ തമ്മിൽ?

മാസ്കണിയേണ്ടതിൻ പ്രാധാന്യമന്നു നിൻ
വാക്കിൽ നിറഞ്ഞുനിന്നല്ലോ.

ചൊന്നു നീ കൂട്ടത്തിൽ; 'നമ്മിൽ ചിലർ പണ്ടേ
ഒന്നുമറിയാത്ത മട്ടിൽ

കാണാ മുഖംമൂടി വെച്ചുനടപ്പുണ്ട്,
ദവണമവർക്കൊന്നു കൂടി!'

കൈകളിടയ്ക്കിടെ ശുദ്ധമാക്കാൻ സാനി-
റ്റൈസറിൻ നല്ലയുത്പന്നം,

നീ ചൊന്നതെത്രയുമുത്തമ; മിന്നു ഞാൻ
വാങ്ങുന്നതായിനം മാത്രം.

'ഈവക വസ്തുക്കൾതൻ വില്പനയ്ക്കാണു
ഭാവിയിൽ നേട്ടം' നീ ചൊല്ലി.

തെല്ലുമകലമില്ലാതെ ചിലർ തിക്കി-
ത്തള്ളുന്ന കാഴ്ചകൾ ചൂണ്ടി,

ദുഃഖിതനായി നിന്നുള്ളിലെഴും പ്രതി-
ബദ്ധതയുള്ളൊരു പൗരൻ.

വാക്സിന്റെ ഡോസൊന്നെടുത്തതറിഞ്ഞു നീ
ആശ്വാസം കൊൾവതു കണ്ടു;

എങ്കിലും ജാഗ്രത കൈവിട്ടുപോകരു-
തെന്നുപദേശമായോതി.

പണ്ടേപ്പോൽ വീണ്ടും നാമെന്നു മുഖാമുഖം
കണ്ടു നടക്കുമെന്നോർത്തും

ഭാവിയെച്ചൊല്ലിയാശങ്കകളെന്നിയേ
ജീവിച്ചുതീർക്കാൻ കൊതിച്ചും

അന്നു ഫോൺഭാഷണം നിർത്തി നാമന്തരാ
തമ്മിൽ സഹർഷം പുണർന്നു.

കാലമിതെത്രമേൽ ക്രൂര; മെൻ സ്നേഹിതാ
കാലത്തെ വാർത്തയിതെന്തേ!?

വൃത്താന്തപത്രം മടക്കട്ടെ; വയ്യ നിൻ
ചിത്രമിന്നിങ്ങനെ കാണാൻ!

അഹമ്മദ് ഖാൻ

സനാഥൻ

പാതിയുറക്കം വെടിഞ്ഞു ഞാനിന്നലെ
പാതിരാ വായനയ്ക്കായെണീക്കേ
എന്നെപ്പുണർന്നു മയങ്ങുകയാണൊരു
കുഞ്ഞിനെപ്പോലെയെൻ കൂട്ടുകാരി.
നെഞ്ചിൻമേൽനിന്നു ഞാനാ മൃദുപാണിയെ
തഞ്ചത്തിൽ മെല്ലെയെടുത്തു മാറ്റി,
കട്ടിൽ വിട്ടേവമടുക്കളയിൽ ചെന്നു
കട്ടനുണ്ടാക്കി മുറിയിലെത്തി,
ഉറ്റവരാകും കൃതികളിലൊന്നിനെ
തൊട്ടുതലോടിയെടുത്തു കൈയിൽ.
പിന്നെയുറക്കം മടങ്ങിയെത്തും വരെ
വെണ്ണിക്കുളത്തിന്റെ ഭാവനകൾ-
ക്കൊപ്പം നടന്നേൻ; രസിച്ചേ; നൊടുവിൽ ഞാൻ
നിശ്ശബ്ദമെത്തിക്കിടക്കുന്നേരം
ദു:സ്വപ്നമേതോ അലട്ടിയോ? നേരിയോ-
രസ്വസ്ഥതയോടെ തോഴിയവൾ
എൻനേർക്കണയുന്നു; പുൽകുന്നു; പൈതലാ-
യെന്നിലഭയം തിരഞ്ഞിടുന്നു!

എങ്കിലുമോരോ പ്രഭാതമെത്തുമ്പൊഴും
സങ്കടഭീതികളേതുമെന്യേ
മക്കളിരുവർക്കു; മമ്മയില്ലാത്തതിൻ
ദുഃഖമെഴുന്നൊരെൻ വാഴ്‌വിതിനും
എത്ര വേഗത്തിലൊരമ്മയായ് മാറുന്നു;
എന്നെ സനാഥനായ് മാറ്റുന്നു നീ!

ഒരു പരിസ്ഥിതിക്കവിത

പോയാണ്ടിലന്നു
പരിസ്ഥിതിനാളിലാ
ടൗൺഹാളിലെപ്പരി-
പാടികൾക്കായി നാം

പോകവേ കാറിന്റെ
മുന്നി, ലോർക്കുന്നുവോ;
പാറിവീണെന്തോ
കറുത്ത നിഴൽപോലെ?

വണ്ടിയോടിച്ചു ഞാൻ
മുന്നോട്ടു നീങ്ങവേ
പിന്തിരിഞ്ഞൊന്നു
കണ്ണോടിച്ചു ചൊല്ലി നീ:

'കാക്കതൻ കൂടാണ്;
കുഞ്ഞുമുണ്ടാമതിൽ;
കാറിന്റെ വീലതിൻ
മേലേ കടന്നുപോയ്!'

ചൊല്ലിനേൻ: 'കേറി
യെന്നാകിലാട്ടെ; യിനി

ഇല്ലില്ല നേരം
    കളയുവാനൊന്നിനും.

എന്തിനല്ലെങ്കിലി-
    പ്പക്ഷികൾ വൈദ്യുത-
ക്കമ്പിയിലിങ്ങനെ
    കൂടൊരുക്കീടണം?

വേറെയില്ലെന്നോ
    നശിക്കുവാൻ മാർഗ്ഗങ്ങൾ;
കാറിന്റെ മുന്നിൽ
    വീണെന്തിന്നു ചാകണം!'

അങ്ങനെ വൈകാതെ-
    യെത്തി നാം, നമ്മുടെ
ചങ്ങാതിമാരെയും
    കണ്ടു; ചടങ്ങിന്റെ

പ്രൗഢിയിൽ ഭാഗഭാ-
    ക്കായതിന്നാഹ്ലാദ-
മോടെ മടങ്ങവേ
    കണ്ടു നാം പിന്നെയു-

മാ കുഞ്ഞുകാക്കയു;-
    മൊപ്പമാ വർഗ്ഗത്തിൻ
ഖേദപ്രതിഷേധ
    കോലാഹലങ്ങളും!

അന്നു ലഭിച്ചതാം
    പ്ലാവിന്റെ തൈയെടു-
ത്തൊന്നെറിഞ്ഞോ;-
    നവയൊക്കെപ്പറന്നുപോയ്!

ആ കാഴ്ചയും രസി-
    ച്ചാസ്വദിച്ചങ്ങനെ
ആ ദിനം നാമർത്ഥ-
    പൂർണ്ണമാക്കീലയോ!

അഹമ്മദ് ഖാൻ

ഈ വർഷം വീണ്ടും
പരിസ്ഥിതിനാളിലെ
ആഘോഷം കൂടാ-
നിറങ്ങുന്ന വേളയിൽ

ഓർത്തുപോയിക്കഥ;
കാറിന്റെ മുന്നിൽ വീ-
ണാത്മഹത്യക്കിന്നു
കാക്കയോ? നായയോ!

എന്താകിലും കൂടു-
കൂട്ടുവാൻ വൈദ്യുത-
ക്കമ്പിയുണ്ടെന്നതീ
കാക്കതൻ നേട്ടമാം!

അപരിചിതർ

അപരിചിതരാം നമ്മൾ
        തീവണ്ടിയിൽ കേറിയപ്പോൾ
അടുപ്പിച്ചു സീറ്റിൻ നമ്പർ
        നമ്മെ; യെന്നാൽ പരസ്പരം

മുഖത്തൊന്നു നോക്കാൻ പോലും
        തുനിഞ്ഞി; ല്ലീ ബോഗിക്കുള്ളിൽ
മനുഷ്യരായ് നാമിരുവർ
        മാത്ര; മൊരു പകൽപോകേ

എങ്ങോട്ടാണീ യാത്രയെന്നും
        ചോദിച്ചീല; മൊബൈൽ ഫോണിൻ
ചങ്ങലയിൽ ബന്ധിതരാ-
        യിരുന്നു നാമിരുവശം.

രാത്രിയും കടന്നു പുലർ-
        കാലം മദിരാശിയിലെൻ
യാത്ര തീരു; മെന്നാൽ നിന്റെ
        ലക്ഷ്യമെങ്ങെന്നാർക്കറിയാം!

കൃത്രിമശീതത്തിൽ നീയും
        ഞാനും പുതച്ചുറങ്ങവേ

ഞെട്ടിയുണർ,ന്നിടിവെട്ടും-
പോലുള്ളൊരു ശബ്ദം കേൾക്കേ!

പാളംതെറ്റിയെന്നോ വണ്ടി?
സ്ഫോടനത്തിൽ തകർന്നെന്നോ!
ആളുകൾതന്നൊച്ച കേൾപ്പൂ;
ബോഗികൾ വേർപെട്ടെന്നാമോ?!

അരണ്ടൊരാ വെളിച്ചത്തി-
ലാദ്യമായ് നാം മിഴികളിൽ
പരസ്പരം നോക്കി; ഭയ-
സംഭ്രമങ്ങളല്ലീ കണ്ടു?

ജീവാപായം കൂടാതെ നാം
രക്ഷപ്പെട്ടെന്നറിഞ്ഞു ,ഹാ!
തീവണ്ടിയിൽ നിന്നിറങ്ങി
നെടുവീർപ്പിട്ടൊരുവേള!

പിന്നെ നമ്മൾ ബസ്സ്റ്റാൻഡിലേ-
ക്കൊരുമിച്ചു നടന്നു; നീ
ചെന്നൈയിലേക്കിരു ടിക്ക-
റ്റെടു; ത്തൊന്നെനിക്കും നല്കി!

വീണ്ടും ഒരോണം

ഓണത്തിന്നാഹ്ലാദം പൂവിട്ടുനിന്നതാം
നാളായിരുന്ന; തിന്നോർക്കുന്നു ഞാൻ.

പത്നിയോടൊത്തു ഷോപ്പിങ്ങിനിറങ്ങിനേൻ
പട്ടണമദ്ധ്യത്തെ മാളിലൊന്നിൽ.

വേണ്ടുന്നതിത്തിരി; പിന്നെയെന്തൊക്കെയോ
വേണ്ടാത്തതും വാങ്ങി ഞങ്ങൾ പോകേ

ഏതോ ദുരന്തകഥയിലെന്നോ കണ്ട
വേദന കാർന്നൊരു നായികപോൽ

ഒപ്പം പഠിച്ച മിടുക്കിയിതാ മുന്നിൽ
നില്പൂ കടയിൽ സെയിൽസ് ഗേളായി!

പാവം പരിചയം കാട്ടാതെ മറ്റെന്തോ
ഭാവിച്ചൊരല്പം മുഖം മറയ്ക്കെ

ആരാഞ്ഞേ: 'നെന്നെ മനസ്സിലായില്ലെന്നോ?'
ഹാ രണ്ടു കണ്ണും നനഞ്ഞുവെന്നോ!

വേഗം തിരിച്ചറിഞ്ഞെന്നപോൽ പിന്നവ-
ളേവം വിശേഷങ്ങൾ പങ്കുവെച്ചു:

'പത്തു കഴിഞ്ഞു പഠിച്ചില്ല, വീട്ടിലെ
ദുഃസ്ഥിതി മൂലം നടന്നീലൊന്നും.

പിന്നെ വിവാഹമതും കഴിഞ്ഞിങ്ങനെ
ഇന്നു കാണുന്ന രൂപത്തിലായി!

കെട്ടിയോൻ കൂലിപ്പണിക്കിടെയാപത്തിൽ-
പ്പെട്ടു മരിച്ചു നാലാണ്ടു മുന്നേ.

കുട്ടികൾ മൂന്നുപേർ, രോഗിയാമമ്മയും;
മറ്റൊരു മാർഗ്ഗവുമില്ല പോറ്റാൻ!

കണ്ടതിൽ സന്തോഷം' ചൊന്നവ, ളൊപ്പമാ
ചുണ്ടിൽ ചമച്ചുവോ പുഞ്ചിരിയും!

എന്തുചൊല്ലേണ്ടു ഞാൻ? മുന്നിലില്ലാരുമേ;
അന്ധകാരം വന്നു മൂടുകയായ്!

പാഴേ ഞാൻ വാങ്ങിയതൊക്കെയും കൈകൾക്കു
ഭാരമായ് മാറിയോ?; മെയ് തളർന്നു!

വീട്ടിൽ മടങ്ങുവാൻ കാറിൽ കയറവേ
ഓർത്തു ചേലുള്ളൊരാ കൈയക്ഷരം!

പത്തു കഴിഞ്ഞു സ്കൂൾ വിട്ടിറങ്ങുന്നേരം
കുട്ടികൾ ഞങ്ങളന്നോട്ടോഗ്രാഫിൽ

ആ കൈപ്പടയ്ക്കായി മത്സരിച്ചീലയോ;
ആ കാവ്യമൂറുന്നൊരീരടിക്കും!

രാത്രിയിൽ വീടെത്തി,പണ്ടു സൂക്ഷിച്ചതാം
ഓട്ടോഗ്രാഫ് കണ്ടെടുത്തേറെ നേരം

നോക്കിയിരുന്നുപോയക്ഷരച്ചന്തവും
വാക്കിൽ നിറഞ്ഞൊരീ നൊമ്പരവും:

'നാളെയീ വാഴ്‌വിലെങ്ങാനുമൊരിക്കൽ നാം
കാണുമോ? കണ്ടാലറിഞ്ഞീടുമോ?

അഹമ്മദ് ഖാൻ

കൈപ്പടപോലെ മനോഹരമല്ലെന്റെ
കയ്പ്പെഴും ജീവിതപാഠാവലി!'

ഓണമോരോ വർഷമെത്തുമ്പൊഴൊക്കെയീ
ഓർമ്മകൾ കൈപിടിച്ചൊപ്പമെത്തും;

കേവലാഹ്ലാദങ്ങൾക്കപ്പുറത്തുള്ളൊരാ
വാഴ്വിന്റെ തീവ്രയാഥാർത്ഥ്യങ്ങളും!

നഗരവാരിധി

ബസിൽ ഞാനൊരു മട്ടിൽ
കേറി; തിങ്ങി ഞെരുങ്ങി
പട്ടണമെത്തി; പെൻഷൻ
വാങ്ങാതെ പറ്റില്ലല്ലോ.
ഒന്നാം തീയതിയല്ലീ;
ചങ്ങാതിമാരൊക്കെയും
വന്നിട്ടുണ്ടാവും; മെല്ലെ
നടന്നേൻ ട്രഷറിയിൽ.
ഒട്ടേറെപ്പേരെക്കാണാം,
കാലം വീണ്ടെടുത്തീടാം,
ഒത്തിരി വിശേഷങ്ങൾ
തങ്ങളിൽ കൈമാറീടാം.
പിന്നതിൻ പക്കത്തുള്ള
തട്ടുകടയിൽനിന്നും
നല്ലൊരു ചൂടുചായ
രുചിക്കാമവർക്കൊപ്പം.
മടങ്ങുന്നേരം വാങ്ങാ-
നോർക്കണമൊരു കൂട്ടം
മരുന്നും കഷായവും;
രോഗിണിയല്ലോ വീട്ടിൽ!

ആർത്തലച്ചടുക്കുവ-
തേതൊരാരവം? സർക്കാർ-

ധൂർത്തിനെതിരെ പ്രതി-
        പക്ഷത്തിൻ പ്രക്ഷോഭമോ?
രോഷവും പ്രതിഷേധ-
        ദ്വേഷവും തുടിക്കുന്ന
ഭാഷയാണവരുടെ
        കൈകളിൽ, മുഖങ്ങളിൽ!
പിന്നിൽ മറ്റൊരു കൂട്ടർ
        പാഞ്ഞടുക്കുന്നോ? ഭരി-
ക്കുന്ന കക്ഷിതന്നനു-
        ഗാമികളാവാമവർ.
ആ ദൃഢസ്വരം, ലക്ഷ്യ-
        ബോധവും കാഴ്ചക്കാരിൽ
ആവേശം പകർന്നുകൊ-
        ണ്ടെത്തുന്നെന്നരികിലായ്!
പെട്ടെന്നിരു കൂട്ടരും
        മുട്ടിയോ? ഇടയിൽ ഞാൻ
പെട്ടുവോ! നിലത്തെന്റെ
        കണ്ണട! വീണോ ഞാനും?
ഒരുവേളയെൻ കണ്ണി-
        ലിരുൾ മൂടുകയായി;
പുറമാകെയും മണൽ-
        ത്തരിയോ? ചെളി താനോ!
ഈശ്വരാ, ചവിട്ടി മു-
        ന്നേറുവോർ ഭരിപ്പോരോ?
ആശയറ്റതാം പ്രതി-
        പക്ഷമോ? രണ്ടും ചേർന്നോ!?
ഹാ ഉടൽ പുതഞ്ഞിതേ!
        പ്രാണനും നിലച്ചുവോ?
വാങ്ങുവാനാമോ പെൻഷൻ,
        മരുന്നും കഷായവും...!

ശബ്ദങ്ങൾ

ഏറ്റം പ്രിയതരശബ്ദമേതാണെന്ന
ചോദ്യമൊരുനാളുയർന്നു ക്ലാസ്സിൽ.

കുട്ടികളാവേശമോടതിന്നോരോരോ
ഉത്തരം നൽകുവാൻ മത്സരിച്ചു.

തങ്ങൾതന്നാരാധ്യഗായകർതൻ സ്വര-
ഭംഗിയെന്നോതുന്നു നാലഞ്ചുപേർ.

ഓർക്കാപ്പുറത്തൊരു കോകിലാലാപനം
കേൾക്കുവതത്രെ ചിലർക്കു പ്രിയം.

പള്ളിമണിയൊച്ചയെന്നൊരാൾ; വേറൊരാൾ
പഞ്ചവാദ്യത്തിന്റെ ആരാധകൻ.

ബാങ്ക് വിളിയത്രെ മറ്റൊരാൾ;ഐെലോ
ബാൻഡ്സംഗീതമാണെന്നപരൻ.

ചീറുന്ന വാഹനത്തിന്നതിഘോരമാ-
മാരവമാണൊരുവന്നു രസം.

കുപ്പിവളകൾതന്നൊച്ചയാണെന്നൊരാൾ;
കുഞ്ഞിന്റെ ശബ്ദമാണെന്നൊരുവൾ!

അഹമ്മദ് ഖാൻ

ഏറ്റം പ്രിയതരശബ്ദമേതാണെന്ന
ചോദ്യത്തിനുത്തരമീവിധത്തിൽ

ഭിന്നശബ്ദങ്ങളായ് ക്ലാസ്സിൽ മുഴങ്ങവേ
ചൊല്ലുന്നു മറ്റൊരു കുട്ടിയേവം:

"അമ്മതൻ കൈകളാൽ രാവിലേ പാത്രങ്ങൾ
തമ്മിലുരസിയടുക്കളയിൽ-

നിന്നുയരുന്നതാമൊച്ച; യാ ഒച്ചയിൽ-
നിന്നുണരുന്നതാണേറെയിഷ്ടം."

ഉത്തരം കേട്ടു മറ്റുള്ള വിദ്യാർത്ഥികൾ
പൊട്ടിച്ചിരിയാൽ പരിഹസിക്കേ

അന്നും വിശന്ന വയറുമായ് രാവിലേ
വന്നൊരാ ബാലന്റെ കൺതിരയിൽ

അദ്ധ്യാപകൻ കണ്ടു, പട്ടിണി കാർന്നൊരു
നിർദ്ധനദൈന്യകുടുംബചിത്രം!

മോഷ്ടാക്കൾക്കൊരു കീർത്തിപത്രം

വലിയൊരു കവിയുടെ
കവിതപോലഴകെഴും
വസതിയിലൊരുദിനം
തസ്കരർ കേറി.
പണം, പണ്ടങ്ങളും തേടി
മുഷിഞ്ഞവർ മുറികളിൽ;
ഗുണമുണ്ടായില്ല പക്ഷെ;
നിരാശ ബാക്കി.
യാത്ര കഴിഞ്ഞടുത്ത നാ-
ളെത്തീടവേ കവി, വീടിൻ
പൂട്ടുപൊളിച്ചതു കണ്ടി-
ട്ടമ്പരപ്പോടെ
പരിശോധി, ച്ചെന്നാൽ വില-
പ്പെട്ടതൊന്നും പോയിട്ടില്ല;
ഒരു ക്ലോക്കും ഫ്ളവർ വെയ്സും
ടീ ഗ്ലാസ്സും മാത്രം!
സ്വർണ്ണവും പണവുമല്ല;
കലാകാരൻ ധനമായി-
ട്ടെണ്ണുവതീ നശ്വരമാം
വസ്തുക്കളല്ല.
ആയതറിയാത്ത കവർ-
ച്ചക്കാർതൻ പുലഭ്യങ്ങളാ

അഹമ്മദ് ഖാൻ

വീടിനുള്ളിൽ തങ്ങുന്നുണ്ടോ?
കവി ശ്രവിച്ചു!
അളവറ്റൊരാഹ്ലാദവും
വിനോദവും നിർവൃതിയും
അറിവും പകർന്നേകിയ
കൃതികളെല്ലാം
വാരിവലിച്ചങ്ങുമിങ്ങു-
മെറിഞ്ഞിരിക്കുന്നു! അതിൻ
മൂല്യമറിയാത്ത മുട്ടാ-
ളൻമാർതൻ കൂട്ടം!
അപ്പോഴുമാ അലമാര-
ക്കുള്ളിലതാ സുരക്ഷിതം
എത്രയും വിലയെഴുന്ന
ജന്മസമ്പാദ്യം;
സഹൃദയലോകമാദ-
രമോടോരോ ഘട്ടങ്ങളിൽ
സമർപ്പിച്ചോരമൂല്യമാം
കീർത്തിപത്രങ്ങൾ!
അവയെ നിന്ദിക്കാൻ തെല്ലു-
മൊരുങ്ങാത്ത മോഷ്ടാക്കളെ
കവി ഹൃത്താൽ കീർത്തിപത്രം
നൽകി വണങ്ങി!

തീവണ്ടിയിൽ

ഏതോ പുതിയ തമിഴ്ചലച്ചിത്രത്തിൻ
വേദന മുറ്റുന്നൊരീണമെഴും

പാട്ടിന്നു താളംപിടിച്ചെന്റെ മുന്നിൽ കൈ-
നീട്ടിനില്ക്കും ദൈന്യജൻമമേ, നിൻ

വാക്കുകളവ്യക്തമെങ്കിലും നീ പാടും
പാട്ടിൻ പൊരുളറിഞ്ഞീടുന്നു ഞാൻ!

ആ പാട്ടിലൂറുന്ന നൊമ്പരം നിന്റെയും
വാഴ്വിന്റെ ചിത്രം വരയ്ക്കയല്ലീ?

ദൂരെ തമിഴ് പേശും നാട്ടിലെങ്ങോ ചെറു-
കൂരയൊന്നെന്നിൽ തെളിഞ്ഞുവന്നു!

ഏതാനും കാളും വയറുകൾ ചൂഴ്ന്നൊരു
സാധുവാമമ്മയുണ്ടാ കുടിലിൽ.

രോഗിയാമച്ഛൻ കിടക്കയോ? മറ്റൊരു
ലോകത്തിൽ പോയിമറഞ്ഞുവെന്നോ!

നല്ലൊരു മിഠായി, യല്ലെങ്കിൽ മിന്നുന്ന
കുഞ്ഞുടുപ്പിന്നായനുജത്തിയും

അഹമ്മദ് ഖാൻ

നിൻ വരവും കാത്തിരിപ്പുണ്ടാമിന്നതി-
ലവ്വിധം വേറെയുമാത്മാവുകൾ!

യൂണിഫോമിട്ടു ചങ്ങാതിമാരോടൊത്തു
സ്കൂളിൽ കുതിക്കേണ്ട വേളയിങ്കൽ

ഈവിധം കൈനീട്ടി നില്ക്കാനൊരുക്കിയ
നീതികേടാരുടെ നീചകൃത്യം!

നേടി സ്വാതന്ത്ര്യമെൻ രാജ്യ, മെന്നാലും നീ
നേടിയ സ്വാതന്ത്ര്യം ഭിക്ഷതെണ്ടാൻ!

ഞാനുമീ പാപത്തിൽ പങ്കാളിയാണെന്ന
നേരിന്റെ നോവിൽ ശിരസ്സു താണു!

പിന്നൊരു മാത്രയിൽ ഞെട്ടിയുണരവേ
പിന്നിട്ടു വണ്ടി ദൂരങ്ങളേറെ!

എന്റെ സ്റ്റോപ്പെത്തിയോ? പാട്ടിന്നു നല്കുവാ-
നെന്തുണ്ടു കൈയി? ലാ ബാലനെങ്ങോ!

അന്തി ചായുന്നു; പകൽ പോയ വീഥിയിൽ
വണ്ടി പായു; ന്നിതിൽ ഞാൻ മാത്രമോ!?

യൂദാസിന്റെ തിരുപ്പിറവി

"അച്ഛനെപ്പെറ്റതേതാസ്പത്രിയിൽ?"
കൊച്ചുമോൾ ചോദിപ്പു ജിജ്ഞാസയാൽ.

വീട്ടിലെ വൈദ്യുതവെട്ടമെല്ലാം
ഓർത്തിരിക്കാതൊരു സന്ധ്യനേരം

കണ്ണടച്ചപ്പോഴെൻ മക്കൾ രണ്ടും
വന്നിരിപ്പായ് ഞങ്ങൾക്കൊപ്പമേവം.

മക്കൾ കൈക്കുഞ്ഞുങ്ങളായിരിക്കെ
വൈദ്യുതക്ഷാമത്തിൽപ്പെട്ട കാലം,

ആകെ വലഞ്ഞുപോയെന്നു ഭാര്യ
ഓർമ്മകളോരോന്നു പങ്കുവെയ്ക്കെ

കൊച്ചുമോൾ ചോദിപ്പു കൗതുകത്താൽ:
"അച്ഛനെപ്പെറ്റതേതാസ്പത്രിയിൽ?"

ചൊല്ലിനേൻ: "ഞങ്ങടെ മൺകുടിൽത-
ന്നുള്ളിലാ; ണന്നതു സാധാരണം.

അമ്മ പറഞ്ഞറിയാം; പുലർച്ചെ
ഇമ്മകൻ കേണു പിറക്കുന്നേരം

അഹമ്മദ് ഖാൻ

പക്കത്തെ ക്രൈസ്തവപ്പള്ളിമണി
ഹൃദ്യം മുഴങ്ങിപോ, ലൈശ്വര്യമായ്!"

നേരമ്പോക്കായി ഞാൻ ചൊല്ലി പിന്നെ:
"നേരറിഞ്ഞീടുക, ദൈവപുത്രൻ

ഭൂജാതനാകുമ്പോൾ പള്ളിമണി
നാദം പൊഴിപ്പതും സ്വാഭാവികം!"

ഉത്തരം കേട്ടിട്ടെൻ മക്കളെന്നെ
കെട്ടിപ്പിടിക്കവേ, പൊൻവെളിച്ചം

എത്തി; യെന്നാലെന്റെ പത്നിയെന്തേ
ക്രുദ്ധയായ് നോക്കുന്നു കണ്ണുരുട്ടി?!

പാവമവളുടെ വാഴ്‌വിലീ ഞാൻ
പാപിയാം യൂദാസു മാത്രമാവാം!

എൻ മനം ക; ണ്ടതിലത്രയൊന്നും
നൻമയില്ലെന്നതറിഞ്ഞതാവാം!

കാവ്യചർച്ചയും കവിയരങ്ങും

"പുത്തൻ കവിതയ്ക്കനാവശ്യ ഭാരമീ
വൃത്തവും താളവുമീണങ്ങളും.
പാട്ടല്ല ഉത്തമകാവ്യ, മറിഞ്ഞാലും
നീട്ടിവലിച്ചു പാടേണ്ടതല്ല.
ഗദ്യമാണിന്നതിൻ രൂപവും ശക്തിയും
മറ്റുള്ളതൊന്നും കവിതയല്ല."
സാഹിത്യചർച്ചയിൽ, ശ്രദ്ധേയനാം കവി
വാദങ്ങളേവം തുടർന്നു വീണ്ടും:
"മുമ്പുള്ളോർ പോയ വഴികളെയിപ്പൊഴും
അന്ധമായ് പിന്തുടരേണ്ടതുണ്ടോ?
കാലമിതെത്രമേൽ മാറി; ജനകീയ
കാലമല്ലീ, നവ സാഹിത്യവും!
പണ്ടത്തെക്കാവ്യങ്ങൾ വായിച്ചു പിന്നെയും
മണ്ടൻമാരാകാതിരിക്കുക നാം.
വൃത്ത, മലങ്കാര ശാസ്ത്രമിന്നൊക്കെയും
വ്യർത്ഥം, കവിത സ്വതന്ത്രയല്ലോ!
കുട്ടികൾക്കും സർഗ്ഗസൃഷ്ടി നടത്തിടാ-
മെത്രയുദാരമിന്നീ മണ്ഡലം!
ഗദ്യവും പദ്യവുമെന്നുള്ള ഭേദം സാ-
ഹിത്യത്തിലെന്തി; നിതാർ വിധിച്ചു?
വിദ്യാലയത്തിൽ പഠിച്ച പഴഞ്ചനാം
വൃത്തങ്ങൾക്കുള്ളിലക്കാലം നമ്മൾ
സ്തബ്ധരായ് നിന്നീലേ! യിന്നതെല്ലാം തകർ-

ത്തിട്ടതല്ലേ മഹനീയ നേട്ടം!"
ആത്മാഭിമാനം തുടിക്കുമീ വാക്കുക-
ളാവേശമോടെ ഞാൻ കേട്ടിരിക്കേ
ഭക്ഷണത്തിന്നിടവേളയാ, യോരോരോ
വൃത്തങ്ങൾ തീർത്തിരിപ്പായ് കൂട്ടുകാർ!

2

ഉച്ചയ്ക്കുശേഷം കവിയരങ്ങാണതി-
ന്നൊച്ചയസഹ്യമാണെന്നാകിലും
ഇത്തിരി നേരമതും കേട്ടുപോരുവാൻ
നിശ്ചയിച്ചല്ലോ പുറപ്പെട്ടു ഞാൻ.
നേരമായ്, വേദി തെളിഞ്ഞുകാണായിതാ
പേരെഴുമോരോ കവിമുഖങ്ങൾ!
പുത്തൻകവിതതൻ വക്താവു താനല്ലീ
എത്തുന്നിതാദ്യം തൻ സൃഷ്ടിയുമായ്?
എന്തത്ഭുതം! ഗദ്യകാവ്യമോ? വൃത്തത്തെ
സ്വന്തമാക്കാനുള്ള പാഴ്‌വേലയോ!
മുന്നിലെപ്പെട്ടിമേൽ താളമിട്ടും, തല
പിന്നിൽ, വശങ്ങളിലും ചരിച്ചും
ആവുമീണത്തിൽ, സ്വരശുദ്ധിയിൽ ഗദ്യ-
രൂപത്തെപ്പാട്ടിലാക്കീടുന്നുവോ!?
എന്താകിലും, നാദഭംഗിയിൽ, ഭാവത്തി-
ലെന്നെ മറന്നു ലയിച്ചിരുന്നു!
വേണം കവിതയ്ക്കു വൃത്തതാളങ്ങളും
ഈണവുമെന്ന നേരും തിരിഞ്ഞു!

വിളക്കിച്ചേർത്ത വാക്കുകൾ

ബാല്യകാലത്തൊരു ദിനം
പതിവുപോൽ വൈകുന്നേരം
സ്കൂളിൽനിന്നും മദ്രസയി-
ലുസ്താദിൻ മുന്നിൽ,

ഖുറാൻ ക്ലാസിലിരിക്കവേ
അബദ്ധത്തി, ലൊളിപ്പിച്ച
ഒരു ചലച്ചിത്രത്തിന്റെ
പാട്ടുപുസ്തകം

വീണുപോയി! അതുകണ്ടി-
ട്ടുസ്താദിന്റെ മട്ടും മാറി;
താണുതൊഴുതിട്ടും തല്ലി
മടുക്കുവോളം.

അടിയുടെ വേദന ഞാൻ
മറ; ന്നെന്നാലതദ്ദേഹം
അറുപതു കഷണമായ്
കീറിയെറിഞ്ഞു!

നെഞ്ചിലാരോ പെൻസിൽമുന-
കൊണ്ടു കുത്തിവരച്ചപോൽ

അഹമ്മദ് ഖാൻ

നൊന്തുപോയാ നേരമുള്ളിൽ
ചോര പൊടിഞ്ഞു!

രാത്രിയായി; മദ്രസതൻ
ജനാലയ്ക്കു പുറത്തെത്തി
ആർത്തിയോടാ നുറുങ്ങുകൾ
പെറുക്കിക്കൂട്ടി;

വീട്ടിൽവെച്ചാ സമസ്യകൾ
പൂരിപ്പിച്ചെടുത്തെന്നിലെ
പാട്ടുകാരൻ തുടങ്ങയായ്
രാഗവിസ്താരം!

വർഷങ്ങൾ പോ; യെന്നാലിന്നും
പാട്ടൊരുക്കാനിരിപ്പൂ; വേർ-
പെട്ടുപോയ പദങ്ങളെ
കൂട്ടിയിണക്കി!

ചൂരലുമായാരുമില്ല;
മുന്നിൽ മൃദുഹാസത്തോടെ
പൂർവ്വസൂരികളാം കവി-
ശ്രേഷ്ഠരെന്നിയേ!

സുതാര്യകവിതകൾ

ആദ്യപാഠം

സ്കൂൾ തുറന്ന ദിവസം
മഴ നനഞ്ഞെത്തിയ
മൂന്നാം ക്ലാസ്സുകാരായ
ആൻഡ്രൂസിനും
അഷ്റഫിനും ആദിത്യനും
പിറ്റേന്ന് ജലദോഷം.
അന്നവർ പഠിച്ചു,

മതേതരത്വത്തിന്റെ ആദ്യപാഠം.

പ്രതീകാത്മകം

രാജ്ഘട്ടിൽ
ഉറങ്ങുകയായിരുന്ന മഹാത്മജി
വെടിയൊച്ച കേട്ടമ്പരന്നു.
പാവം!

ഭരണപക്ഷ എം പി യുടെ
പ്രതീകാത്മക വെടിയാണെന്നറിയാതെ.

കാർവർണ്ണനോട്

ഗർഭസ്ഥശിശുവിനെക്കുറിച്ച്
സ്വപ്നങ്ങൾ നെയ്ത അവൾ
തിരുനടയിൽനിന്നു പ്രാർത്ഥിച്ചു:

'കണ്ണാ.. കാർവർണ്ണാ...
എന്റെ കുഞ്ഞിന്
വെളുത്ത നിറം നൽകണേ...'

എഡിറ്റർ

വൃത്തനിബദ്ധമായ കവിതകൾ
വായിക്കാനുള്ള കഴിവില്ലായ്മ
അധികയോഗ്യതയായി
പരിഗണിക്കപ്പെട്ടു.
അങ്ങനെ അയാൾ,

സാഹിത്യമാസികയുടെ എഡിറ്ററായി.

അപകീർത്തി

പോക്സോകേസ് പ്രതി
മുഹമ്മദ് ജബ്ബാറും
കള്ളക്കടത്തുകേസ് പ്രതി
മുഹമ്മദ് ഫൈസലും
കവർച്ചക്കേസ് പ്രതി
മുഹമ്മദ് അസീസും
ഒരേ സ്വരത്തിൽ വിലയിരുത്തി:

“വിവാദചോദ്യക്കടലാസിലെ
‘മുഹമ്മദ്’
ഇസ്ലാമിനെ അപകീർത്തിപ്പെടുത്തി.”

മൃതദേഹത്തിന്റെ ചോദ്യം

അന്ന്
മൂന്നാം നാൾ
ക്രിസ്തു ഉയിർത്തെണീറ്റു.
ഇന്ന്
മൂന്നാം നാൾ
മൃതദേഹം
ദയനീയമായാരാഞ്ഞു:

‘തീർന്നോ സഭാതർക്കം?’

മരണാനന്തരം

മരണാനന്തരച്ചടങ്ങുകൾ വേണ്ടെന്ന്
കവയിത്രി പറഞ്ഞിരുന്നു.
എന്നിട്ടും ബന്ധുക്കൾ
സഞ്ചയനവും പതിനാറും
കെങ്കേമമാക്കി.
അവർക്കുമറിയാം,

മരിച്ചവർ
ക്ഷോഭിച്ചു മടങ്ങിവരില്ലെന്ന്.

അശരീരി

ദേവാലയനടയിലെ
സാനിട്ടൈസറിനെ അവഗണിച്ച്,
മാസ്ക് താഴ്ത്തിവെച്ച്,
പ്രാർത്ഥിക്കവേ
ആരോ ചെവിയിൽ മൊഴിഞ്ഞു:

'മറക്കരുത് കൊവിഡ്മാനദണ്ഡം;
ഞാൻ നിസ്സഹായനാണ്.'

വായന

വായന മരിക്കുന്നുവത്രെ!
അതു പാടില്ലല്ലോ.
രാവിലെതന്നെ ഞാനിരുന്നു.
വായന തുടങ്ങി,

സ്വന്തം കവിതകൾ.

അസഹനീയം

പിന്നോക്കക്കാരനായ
അയൽവാസിയുടെ മുഖത്ത്
ആസിഡൊഴിച്ച പ്രവൃത്തിയെ
കോടതിയിലും അയാൾ ന്യായീകരിച്ചു.
സഹിക്കാവുന്നതിനും അപ്പുറമാണത്രെ,

അയാളുടെ
വെളുത്ത നിറം.

പോരാട്ടം അന്നും ഇന്നും

മാറ് മറയ്ക്കാനുള്ള
അവകാശപ്പോരാട്ടചരിത്രം
എത്ര ആവേശകരം!
വായിച്ചു പുസ്തകം മടക്കവേ
ടെലിവിഷനിൽ
അകലെയെവിടെയോ
യുവതികളുടെ ഒരു പ്രതിഷേധജാഥ,

തെല്ലും മാറ് മറയ്ക്കാതെ.

നിറയൊഴിച്ചപ്പോൾ

നിലത്തുവീണ
മഹാത്മജി ഉരുവിട്ടു:
'ഹേ റാം റാം..'
നിറയൊഴിച്ച
ഘാതകനും മന്ത്രിച്ചു:

'ജയ് ശ്രീറാം..'

ഒരുമ

'ജാതിമതഭേദമെന്യേ
എല്ലാവരും ഒരുമയോടെ പുലരുന്ന
കാലം വരേണമേ....'
പ്രാർത്ഥന കേട്ട്
അയാളുടെ നേർക്ക്
വ്യത്യസ്ത മതാനുയായികൾ
ഒരുമയോടെ പാഞ്ഞടുത്തു,

ആയുധങ്ങളുമായി.

പ്രണയവും മതംമാറ്റവും

ഏറെക്കാലം സ്നേഹിച്ച,
സ്വപ്നങ്ങളിൽ
അവൻ താലോലിച്ച 'സൗമ്യ'
'സുമയ്യ'യുടെ
പർദ്ദയ്ക്കുള്ളിലൊളിച്ചപ്പോൾ
മരിച്ചു,

മതാതീതപ്രണയവും.

ഫ്രീ പാസ്

അന്നത്തിനും വസ്ത്രത്തിനും
കൈനീട്ടിയവർക്കു
അധികാരികൾ നൽകിയത്,

പുണ്യനഗരിയിലേക്കുള്ള ഫ്രീ പാസ്.

ശിക്ഷ

ഏറെപ്പേരെ നിഷ്കരുണം വധിച്ച്,
ഒടുവിൽ ആത്മഹത്യയ്ക്കു ശ്രമിച്ച്,
കയർ പൊട്ടിവീണ കൊലയാളിക്കൊപ്പം
നീതിപീഠം!
കോടതി അയാൾക്കേകി,

പൊട്ടാത്ത കൊലക്കയർ.

വിശ്വാസം അതല്ല എല്ലാം

ചെക്കനും കൂട്ടരും
വിശ്വാസികളാണെന്നറിഞ്ഞ്
സന്തുഷ്ടരായ പെൺവീട്ടുകാർ
സ്ത്രീധനമായി വാഗ്ദാനംചെയ്തത്
ഒരു ധനാകർഷണയന്ത്രം.
കുപിതരായിറങ്ങി പയ്യനും പരിവാരവും.

വിശ്വാസം വേറെ ജീവിതം വേറെ.

സമാധാനയോഗം

ഇരുപക്ഷത്തും
ഓരോ പ്രവർത്തകൻ വധിക്കപ്പെട്ടു
സ്വപക്ഷത്തെ മരണത്തിൽ മാത്രം
നേതാക്കൾ ഞെട്ടി.
പിറ്റേന്ന്
ഏകപക്ഷീയ ഞെട്ടലുകളുടെ

സമാധാനയോഗം.

വൃത്തം

കവിതയ്ക്ക്
വൃത്തം
കൂടിയേതീരൂ എന്നില്ല.
എങ്കിലും വേണം,

ഇതിവൃത്തം.

ജാഗ്രത

മാസ്കണിഞ്ഞ സുഹൃത്തുക്കൾ
കല്യാണത്തിനു കണ്ടപ്പോൾ
കണ്ണുകളാൽ തിരിച്ചറിഞ്ഞ്
ശാരീരികദൂരം കാത്തു.
വിശേഷങ്ങളാരാഞ്ഞത്,

തൊട്ടുരുമ്മി സദ്യകഴിക്കവേ.

വിശ്രമം

വിശ്രമമില്ലാത്ത
ആശ്ലേഷങ്ങളാൽ
ഭക്തർക്കാശ്വാസം നൽകിയ
ആൾദൈവത്തെ
വിശ്രമമേകിയാശ്വസിപ്പിച്ചു,

കൊറോണക്കാലം.

സ്വർഗ്ഗലോകം

വേദഗ്രന്ഥത്തിലെ പലതും
സാമാന്യബോധത്തെ
പരിഹസിക്കുന്നവ.
എങ്കിലും
കണ്ണടച്ചു വിശ്വസിച്ചു.

നഷ്ടപ്പെടുവാൻ യുക്തിബോധം;
കിട്ടാനുള്ളത് സ്വർഗ്ഗലോകം.

നിശ്ശബ്ദതയുടെ തീക്കൂടുകൾ

പി കെ ഗോപി

ജീവിതത്തിന്റെ തത്വശാസ്ത്രത്തെ ഏറ്റവും ഉദാത്തമായി സർഗ്ഗാത്മകതയിലേക്കു പരിഭാഷപ്പെടുത്താൻ ആർക്കു കഴിയും? ആദിമമായ നീരൊഴുക്കിന്റെ കൊച്ചോളങ്ങളിൽ തുടങ്ങി മഹാപ്രവാഹമായി സഞ്ചരിക്കുന്ന കവിതയുടെ ഒരു കൈക്കുമ്പിളിൽ എന്തെല്ലാം പ്രതിബിംബിക്കും? സങ്കല്പാതീതമായ ഭാവനാവിലാസത്തെ സനാതനമായ മൂല്യാംശങ്ങൾ ചേർത്തു ആകർഷകമാക്കി പകർന്നു നൽകാൻ എങ്ങനെ സാധിക്കും? വികാരവിചാരങ്ങൾക്കും അക്ഷരങ്ങൾക്കുമിടയിൽ കൃത്രിമാവരണങ്ങളൊന്നുമില്ലാതെ പ്രത്യക്ഷപ്പെടുന്ന വെളിപാടുകളെ വരുതിക്കു നിർത്തി നടനമാടിക്കാൻ എളുപ്പമാണോ? കവിതയെന്ന മാധ്യമത്തെ അയത്നലളിതമായും ഗഹനമായും അങ്ങേയറ്റം ലക്ഷ്യബോധത്തോടെയും അവതരിപ്പിക്കുമ്പോഴല്ലേ അനുവാചകർക്കു തൃപ്തി തോന്നുക? ശ്രീ. അഹമ്മദ് ഖാൻ എഴുതിയ *വിളക്കിച്ചേർത്ത വാക്കുകൾ* എന്ന പുസ്തകം ഞാൻ വായിക്കുകയാണ്. അറിയാതെ മനസ്സിലുരുകിയിറങ്ങിയ ചില ചോദ്യങ്ങളും സൂചനകളും തുടക്കമായി കുറിച്ചിട്ടെന്നേയുള്ളൂ.

‘ഏറെ ദുഃഖത്തോടെന്നാ-
    ലേറുമുൾത്തുടിപ്പോടെ
ഏവരും നോക്കീതമ്മിൽ,
    വാക്കുകൾ നിശ്ശബ്ദമായ്!’

നിശ്ശബ്ദതയുടെ ഹൃദയക്കൂട് പൊട്ടിച്ച് ആകാശം തേടി പുറപ്പെടുന്ന

വാക്കിന്റെയും പൊരുളിന്റെയും തുടിപ്പുകൾക്കു ശ്രുതിയും താളവും പകരുന്ന മനുഷ്യത്വത്തിന്റെ തൂലികയാണ് അഹമ്മദ് ഖാൻ സ്വന്തമാക്കിയിരിക്കുന്നത്. അഭിനന്ദനം എന്ന ഒറ്റവാക്കിന്റെ പ്രസാദപ്പൊലിമയിലാണ് വായന പുരോഗമിക്കുന്നത്.

നിർവ്വചനങ്ങൾ അസാദ്ധ്യമായ നൂറായിരം സമസ്യകളുടെ നടുവിൽ നെടുവീർപ്പോടെ നിൽക്കുമ്പോൾ, മാപ്പുസാക്ഷിയായ വാക്ക് പകർന്നു നല്കിയ പ്രത്യാശയുടെ ഊർജ്ജമാണ് അഹമ്മദ് ഖാനിൽ പ്രസരിക്കുന്നത്. അസാമാന്യമായ സ്നേഹൈക്യത്തിന്റെ അക്ഷരസംയോഗരഹസ്യം പിടികിട്ടിയ ഒരു കവിയെ കാണുക എത്ര ആശ്വാസമെന്നോ!

'ഉറക്കം വെടിഞ്ഞർദ്ധ-
രാത്രിയുമദ്ധ്വാനിക്കും
മിടുക്കേ, നിന്നോടെനി-
ക്കില്ല വിദ്വേഷം തെല്ലും.'

ഏറ്റവും സൂക്ഷ്മമായതിനെ കാണുകയും അതിന്റെ പ്രസക്തമായ ജീവദൗത്യം ബോദ്ധ്യപ്പെടുകയും ചെയ്യുകയാണ് യഥാർത്ഥ കവിയുടെ ദൗത്യം. സാമൂഹിക യാഥാർത്ഥ്യങ്ങളോട് ആഴത്തിൽ സംവദിക്കുന്ന കവിതയുടെ ബൗദ്ധിക ദീപ്തിയിൽ മുഴുകാൻ കഴിയുക അഭിമാനകരമായ അനുഭവമാണ്. കൃത്രിമങ്ങളെ വിഭ്രമത്തോടെ അവതരിപ്പിക്കുകയല്ല, സത്യസന്ധതയെ ലാവണ്യകിരണങ്ങളിൽ സംയമനത്തോടെ പ്രതിഫലിപ്പിക്കുകയാണ് കവി. മൂല്യങ്ങളുടെ ദൃഢതയാർന്ന മൂശയിൽ വാർത്തെടുത്ത ആശയങ്ങളുടെ കാല്പനിക ശില്പങ്ങളിൽ നിത്യജീവിതത്തിന്റെ പ്രാണനൂതുന്ന പ്രയത്നത്തെ മാനിച്ചേ കഴിയൂ. സ്വപ്നസൗധങ്ങൾക്കും സുഖസ്വർഗ്ഗങ്ങൾക്കുമിടയിൽ അതിവേഗം രൂപപ്പെടുന്ന ഭയാനകമായ തടവറകൾ കവി കാണുന്നുണ്ട്.

'പകലാ,ണെന്നാലുമൊ-
ന്നുമ്മറത്തിറങ്ങുവാൻ
ഭയമാണദൃശ്യനാം
മൃത്യുപാത്തിരിപ്പുണ്ടാം!'

ധീരോദാത്തമായ മനുഷ്യപ്രയത്നത്തെ മറികടന്ന് വിനാശകാരിയായ ഭീരുത്വവും ഭീകരതയും നാടുവാഴാനിറങ്ങുമ്പോൾ നാം

അഹമ്മദ് ഖാൻ

അക്ഷരാർത്ഥത്തിൽ ഭയചകിതരാണ്. ഇച്ഛാഭംഗത്തിന്റെ തുരുത്തിൽ നിന്നു കണ്ണീർനനവുള്ള ഒരു സ്നേഹപതാക ആരെങ്കിലും വീശുന്നുണ്ടോ? 'മിഴിനീരിലലക്കിയെടുക്കാത്ത ജീവിതമെന്ന മുഷിഞ്ഞ വസ്ത്രത്തിനു' സാമൂഹികയാഥാർത്ഥ്യങ്ങളെ നേരിടാനോ അതിജീവിക്കാനോ കഴിഞ്ഞെന്നു വരില്ല.

'ഇന്നു ഭാഷയിൽ, കാവ്യ-
 ശൈലിയിൽ, രൂപങ്ങളിൽ
വന്നതാം വൈചിത്ര്യങ്ങൾ,
 വന്യമാം വൈരൂപ്യങ്ങൾ...'

കാണാനോ പരിഗണിക്കാനോ പരിഹരിക്കാനോ കഴിയാത്ത ഒരാൾ കവിതയെഴുതുന്നതെങ്ങനെ? ദിവ്യമായ മാതൃഭാഷയുടെ മഹാനിധിശേഖരത്തിനു പുറംതിരിഞ്ഞുനിന്നു ആക്രോശിക്കാനോ ആക്ഷേപം ചൊരിയാനോ മടിയില്ലാത്തവർ ഈ മലയാളക്കരയിലുണ്ട്. നമ്മുടെ ജീവിതാവബോധത്തെ തെറ്റിദ്ധരിപ്പിക്കാനും വഴിതിരിച്ചുവിടാനും കച്ചവടമേഖലയ്ക്കു പദ്ധതികളുണ്ട്. പാകതയുടെ ഭാഷയ്ക്കും അതിന്റെ മാനുഷികതയ്ക്കും കമ്പോളമില്ലെന്നു നിശ്ചയിക്കുന്നവരുടെ ശാഠ്യങ്ങളെ അരിയിട്ടുവാഴിക്കാൻ അഹമ്മദ് ഖാൻ തയ്യാറല്ല. പഴമയെന്നോ പുതുമയെന്നോ വകതിരിച്ച് വേലി കെട്ടിത്തിരിക്കാതെ കാലത്തിന്റെ നിരന്തര സഞ്ചാരത്തിൽ മഹിമയേതെന്നന്വേഷിക്കുകയാണ് സമാധാനശീലനായ ഈ കവി. പ്രകടനപരതയുടെ കടൽപ്പതയിൽ അദ്ദേഹം അഭിരമിക്കുന്നില്ല. കല്ലോലിനിയുടെ നാട്ടുനനവിനെ ആരെയും വെല്ലുവിളിക്കാതെ പരിപാലിക്കാനാണ് പരിശ്രമം. പരമാർത്ഥങ്ങളുടെ ഈ 'സുന്ദരകാണ്ഡ'ത്തെ 'തൊഴുകൈ'യോടെ ഞാൻ സ്വീകരിക്കുന്നു.

ഹിംസയുടെ ക്രൗര്യങ്ങൾക്കുമേൽ കവിതയുടെ തണുത്ത മഴ പെയ്യിക്കുന്ന മാനുഷികതയുടെ ഉദാരമായ ദയാവായ്പാണ് അഹമ്മദ് ഖാൻ കരുതിവയ്ക്കുന്നതെന്നു സ്പഷ്ടമാണ്.

'മുന്നിലായൊരു യുവ-
 സ്വപ്നത്തിൽ ശവമഞ്ചം,
കണ്ണീരോടൊരു നാടിൻ
 മൗനവിലാപം പിന്നിൽ!'

സഹിക്കാനാവാത്ത ദൈന്യം നിത്യവാർത്തകളിൽ നിറയു

മ്പോൾ നിറമിഴികളോടെ 'കണ്ണേ മടങ്ങുക' എന്ന് സ്വയം തപിച്ചു പുകഞ്ഞിരിക്കുകയാണ് കവിഹൃദയം. 'കേവലാഹ്ലാദങ്ങൾക്കപ്പുറത്തുള്ളൊരാ വാഴ്‌വിന്റെ തീവ്രയാഥാർത്ഥ്യങ്ങളും' അന്വേഷിക്കുന്ന വിളക്കിച്ചേർത്ത വാക്കുകൾക്ക് ആശംസാശ്ലേഷം പകരാൻ മാത്രമാണ് ഈ കുറിപ്പ്.

ഋതുക്കളുടെ ഇടനെഞ്ചിൽ ചോരതെറിക്കുമ്പോൾ യ്യോ- എന്ന് അറിയാതെ വിളിച്ചുപോവുന്ന മാനുഷികഭാവങ്ങൾക്കു കാവ്യരൂപം നൽകുന്ന അഹമ്മദ് ഖാന്റെ സുന്ദരവും സുതാര്യവും പ്രതീകാത്മകവുമായ രചനകളെ ശുദ്ധമനസ്സോടെ സഹൃദയർക്കു കൈമാറുന്നു.

എനിക്കിപ്പോൾ കവിത, മനുഷ്യ
സ്നേഹമാണെന്ന് തിരിച്ചറിവേകുന്ന [illegible]
[illegible] മാത്രം.

– കുരീപ്പുഴ ശ്രീകുമാർ

www.ingramcontent.com/pod-product-compliance
Lightning Source LLC
LaVergne TN
LVHW060145051026
849517LV00007B/2559
* 9 7 8 9 3 9 4 7 5 3 4 2 6 *